உக்ரையீனா

உக்ரையீனா

பா. ராகவன்

Ukraina
Author's Name: Pa Raghavan

Published by Ezutthu Prachuram

Ezutthu Prachuram
(An imprint of Zero Degree Publishing)
No. 55(7), R Block, 6th Avenue,
Anna Nagar,
Chennai - 600 040

Website: www.zerodegreepublishing.com
E Mail id: zerodegreepublishing@gmail.com
Phone: 89250 61999

Ezutthu Prachuram First Edition: October 2022
ISBN: 978-93-95511-02-5
TITLE NO EP: 375

Cover Design & Layout: Vijayan

பொருளடக்கம்

முன் குறிப்பு

பிப்ரவரி 24, 2022 அன்று தொடங்கிய உக்ரைன் மீதான ரஷ்யப் படையெடுப்பு இன்று வரை முடிந்தபாடில்லை. நியாய தருமம் அறிந்தவர்களுக்கு இந்தப் படையெடுப்பும் ஆக்கிரமிப்பும் எவ்வளவு அடாத செயல் என்பது புரியும்.

தனது சரித்திரம் முழுதும் உக்ரைன் பல்வேறு தரப்புகளால் மிதி பட்டிருக்கிறது. அனைத்துக்கும் உச்சமாக சோவியத் யூனியனில் இருந்த காலத்தில் அத்தேசம் அனுபவித்த கொடுமைகள் சொல்லுந்தரமற்றது. குறிப்பாக ஸ்டாலின் காலத்தில். சோவியத் என்னும் கட்டமைப்பு சிதறி, இதர தேசங்கள் தத்தமது வழியைத் தேர்ந்தெடுத்துக்கொண்டு சுதந்திரமாக வாழத் தொடங்கிய பின்பும் உக்ரைனின் விதி அதற்கு நிம்மதியைத் தருவதாக இல்லை.

மனத்தளவில் தன்னை ஓர் ஐரோப்பிய தேசமாக எண்ணிக்கொண்டு, நிலவியல் ரீதியில் ரஷ்யாவுடன் நெருக்கமாக இருந்தாக வேண்டிய அவஸ்தைக்கு இன்று வரை அத்தேசம் கொடுத்திருக்கும் விலை அதிகம்.

இந்தக் குறிப்பிட்ட ரஷ்யப் படையெடுப்பின் ஆதாரக் காரணம், உக்ரைன் நேட்டோவுடன் இணைய மேற்கொண்ட முயற்சிகள் என்று பொதுவில் சொல்லப்படுகிறது. அதற்கு அப்பாலும் ஏராளமான காரணங்கள் உள்ளன.

உக்ரைனின் பிரச்னைகளை, ரஷ்யப் படையெடுப்பின் காரணங்களை, உக்ரைனைப் பகடைக்காயாக வைத்து மேற்கு நாடுகள் ஆடிக்கொண்டிருக்கும் ஆட்டத்தை சுருக்கமாக இதில் விவரித்திருக்கிறேன். தன் சுயத்தைத் தொலைத்துவிட்ட இத்தேசம் இன்று உயிர்த்திருக்கப் படுகிற பாடு சிறிதல்ல. சிக்கலின் மையத்தை இந்நூல் உங்களுக்கு விளங்க வைத்துவிடுமானால் அதுவே என் திருப்தி.

மெட்ராஸ் பேப்பர் இணைய வார இதழில் இது தொடராக வெளிவந்தபோது வாரம் தோறும் வாசித்து, கருத்து சொல்லி, உற்சாகப்படுத்திய வாசகர்களுக்கு நன்றி.

பா. ராகவன்

செப்டெம்பர் 18, 2022

1. தேசம் காத்தல் செய்

குண்டு விழப் போகிறது என்பது தெரியும். முதல் குண்டு ஏதாவது ஒரு கடலோர நகரத்தின் மீது விழும் என்றுதான் எதிர்பார்த்துக் கொண்டிருந்தார்கள். அடாவடித்தனத்தை அப்பட்டமாகவே வெளிப்படுத்த முடிவெடுத்துவிட்டார்கள் என்றால் தலைநகரின் மீதே முதல் குண்டைப் போட்டு ஆரம்பித்து வைக்கலாம். அதிபர் மாளிகையின் மீதே குண்டு வீசுவதுகூடப் பெரிய விஷயமில்லை. ஏனெனில், ரஷ்யாவால் முடியாதது ஏதுமில்லை. உக்ரைனால் செய்யக் கூடியதும் ஒன்றில்லை. இது யுத்த நேரம். ஊகங்களும் கணிப்புகளும் பொய்த்துப் போவது சுலப சாத்தியம்.

உக்ரைன் ராணுவம் நூற்றுக் கணக்கான இடங்களை வட்டமிட்டு, சிறப்புப் பாதுகாப்புப் பிராந்தியங்களாக்கியிருந்தது. பொது மக்களுக்குக் கவலை தரும் விதமாக எந்த நடவடிக்கையும் வேண்டாம் என்று அதிபர் ஸெலன்ஸ்கி *(Volodymyr Zelenskyy)* சொல்லியிருந்தாலும், அது அவர்கள் எட்டு

வருடங்களாக மென்று கொண்டிருக்கும் கவலைதான். அதிபருக்கும் தெரியும். எப்போது வேண்டுமானாலும் ரஷ்யா எல்லை தாண்டும். எந்தக் கணத்திலும் குண்டு வெடிக்கும்.

ஆனால் அந்த முதல் குண்டு வெடிக்கும் இடம் அந்தோனவ் விமான நிலையமாக *(Antonov Airport)* இருக்கும் என்று யாரும் எதிர்பார்க்கவில்லை. ஊருக்குத் தெரிந்து அது ஒரு கார்கோ விமான நிலையம். வெளி தேசங்களில் இருந்து வருகிற சரக்குகளும் உக்ரைனில் இருந்து ஏற்றுமதியாகிற சரக்குகளும் குவிக்கப்பட்டிருக்கும் பிராந்தியம். பூதாகார கண்டெய்னர்களும் ரட்சத கொடோன்களும் அந்தப் பிராந்தியத்தின் புற அடையாளங்கள். ஆனால் அந்தோனவ் விமான நிலையம் அதற்கு மட்டுமல்ல.

உக்ரைன் விமானப் படையில் உள்ள அனைத்து விமானங்களும் இந்தத் தளத்தில்தான் பரிசோதிக்கப் படுவது வழக்கம். ஒரு மாதிரி, சர்வீஸ் செண்டர் என்று வைத்துக்கொள்ளுங்கள். எங்காவது ஏதாவது பழுதென்றாலும் இங்கே கொண்டு வரப்பட்டுத்தான் பஞ்சர் போடப்படும். புதிதாக வாங்கப்படுகிற விமானங்களா? அந்தோனவுக்கு எடுத்துப் போ. ஓட்டி முடித்து ஓய்ந்து போய்க் கழட்டிப் போடப் போகிற டப்பாவா? அந்தோனவில் கொண்டு தள்ளு.

இதுவுமே சொல்லப்படுகிற தகவல்தான். உண்மையில் *Flight testing and Improvement Base* என்பது நாம் அறியாததொரு நூதன ரகசிய இயல். விமானப் படையினரைக் கேட்டீர்கள் என்றால் கோவிலினும் புனிதமான இடம் என்பார்கள். அங்குள்ள வல்லுநர்களைக் கடவுளை நிகர்த்த சக்திமான்கள் என்றும் சொல்வார்கள்.

ரஷ்யா தனது தாக்குதலின் தொடக்கப் புள்ளியாக அதனைத்தான் தேர்ந்தெடுத்தது. அந்தோனவ் விமானப் பரிசோதனை மையத்தை உள்ளடக்கிய கார்கோ விமான நிலையத்தைத் தாக்கி, ஆரம்பிக்கலாம். பரீட்சை ஹாலில் முதல் ரேங்க் மாணவன் எழுதிக்கொண்டிருக்கும் பேனாவைப் பிடுங்கி உடைக்க முடிந்தால், பதற்றத்தில் நாலு கணக்கு தப்பாகப் போடுவான் இல்லையா? அது போதும். அந்த இடைவெளியில் ஆட்டம் போடத் தொடங்கிவிடலாம் என்பது அவர்களுடைய எளிய கணக்கு.

பிப்ரவரி 24, 2022. போர் தொடங்கிய தினம் அதுதான். காலை பதினொரு மணிக்கு மேல் பன்னிரண்டு மணிக்குள் முப்பதுக்கும் மேற்பட்ட ரஷ்யப் போர் ஹெலிகாப்டர்கள் *(MI 8* மற்றும் *Ka 52* ரகங்கள்) அந்தோனவ் விமானத் தளம் இருக்கும் ஹோஸ்தமல் *(Hostomel)* என்கிற புற நகரச் சிற்றூரை வட்டமிடத் தொடங்கின. அந்தப் பிராந்தியத்தின் மக்கள் தொகை சற்றேறக் குறையப் பதினேழாயிரம். மக்கள் அதிகம் வசிக்காத பகுதியாகத் தேர்ந்தெடுத்துத்தான் அந்த விமானப் பரிசோதனை மையத்தையே அவர்கள் அங்கே நிறுவியிருந்தார்கள். சரியாகக் குறி பார்த்து அந்த இடத்தில் ஹெலிகாப்டர்கள் பறக்கத் தொடங்கினால் என்ன ஆகும்?

பிராந்தியம் கலவரமானது. செய்வதறியாமல் மக்கள் திசையெல்லாம் சிதறி ஓடத் தொடங்கினார்கள். போகிற வழியில் எதிர்ப்பட்ட கிராமங்களில் எல்லாம் தகவல் தெரிவித்துக்கொண்டே ஓடினார்கள். அபாயம் நெருங்கி விட்டது. அனைவரும் ஆயத்தமாகுங்கள்.

அந்த ஹெலிகாப்டர்கள் அனைத்துமே நீப்பர் நதி *(Dnieper River)* வரும் பாதையின் மீதேதான் பறந்து

வந்தன. நீப்பர் நதி ரஷ்யாவில் இருந்து உக்ரைனுக்குள் வருகிற நதி. நதி வரும் பாதையில் விதி ஏன் வருகிறது?

ஆனால் அவர்களுக்கு விடை தெரியும். எதிர்பார்த்துக்கொண்டிருந்த யுத்தம். ரஷ்யா தாக்குதல் நடத்தினால் பதிலுக்குத் தாக்குவோம், நம்மைத் தற்காத்துக்கொள்ள நம்மால் முடியும் என்று அரசுத் தரப்பும் ராணுவத் தரப்பும் அவர்களுக்குத் தொடர்ந்து நம்பிக்கை அளித்துக்கொண்டேதான் இருந்தன. என்றாலும், உக்ரைனியர்களுக்குத் தெரியாதா, அவர்களுடைய பலம்?

தங்கள் பலத்துடன்கூட அவர்கள் எதிரியின் பலத்தையும் சேர்த்து அறிவார்கள். அவர்களைக் காட்டிலும் ரஷ்யாவை நன்கறிந்தவர்கள் உலகில் வேறு யாரும் இருக்க முடியாது. இன்று நேற்றல்ல. ஸ்டாலின் காலத்திலிருந்தே முதுகில் குத்தும் கலையில் ரஷ்யர்களை விஞ்ச இன்னொருவர் கிடையாது. சரித்திரம் முழுதும் அதுதான். சந்து பொந்தெல்லாம் அதுதான். ஒரு வகையில் ஆப்கனிஸ்தான், இராக் போன்ற நாடுகள் விஷயத்தில் அமெரிக்கா நடந்துகொண்ட விதத்தினும் இது மோசமானது. ஒப்பிட முடியாத பிரச்னைகள்தாம். இருப்பினும் தாதாத்தனத்தின் முகம் ஒன்றுதானே?

நமக்கு இது சற்று வினோதமாக இருக்கும். நமக்கு என்றால் இந்தியர்களுக்கு. சுதந்திரம் அடைந்த நாளாக சோவியத் ரஷ்யாவை நமது நட்பு நாடாகவே நாம் பார்த்து வந்திருக்கிறோம். நல்லவர்களைத் தவிர வேறு யாரும் இந்தியாவுடன் நட்பாக இருக்க முடியாது என்கிற கற்பிதம் ஒரு பக்கம்; கடவுள்தான் கைவிடுவார், கம்யூனிசம் கைவிடாது என்று செய்யப்பட்ட பிரசாரம் மறு பக்கம்.

மேற்படி கம்யூனிசம், சோவியத் என்கிற முன்னொட்டையே கிழித்துக் கடாசிவிட்ட பின்பும் நாம் சோவியத் யூனியனின் சரிவுக்கு இரங்கற்பா பாடிக்கொண்டிருந்தவர்கள்தாம். எதையும் அத்தனை எளிதில் மறந்துவிட முடியாது.

ஆனால் ஓர் உக்ரைனியர் சோவியத் ரஷ்யாவையும் சரி; பின்னால் தனித்துப் போன வெறும் ரஷ்யாவையும் சரி. நட்பு நாடாகவோ, குறைந்த பட்சம் நல்ல நாடாகவோ நினைத்துப் பார்க்க அவர்கள் எப்போதும் சந்தர்ப்பம் தந்ததில்லை. உக்ரைன் மக்கள், சந்தர்ப்ப சூழலுக்கு ஏற்ப ரஷ்யாவுடன் இணங்கிச் சென்றிருக்கிறார்கள். சகித்துக்கொண்டு இருந்திருக்கிறார்கள். அச்சத்தால் அடி பணிந்து போனதும் உண்டு. அவசரத்துக்கு சமரசம் செய்துகொண்டதும் உண்டு. ஆனால் மனப்பூர்வமாக நல்லபடியாக நினைப்பதற்கு ரஷ்யா என்றுமே இடம் தந்ததில்லை. வரலாறு அதைத்தான் நமக்குச் சுட்டிக் காட்டுகிறது.

இருக்கட்டும். பிறகு அந்த விவகாரத்துக்கு வருவோம். இப்போதைய பிரச்னை இந்தப் போர். உக்ரைன் மீதான ரஷ்யப் படையெடுப்பு. ஒரு சதவீதம்கூடச் சந்தேகமே வேண்டாம். இது ஓர் அத்துமீறல். ரஷ்யத் தரப்புக்கு இக்காரியத்தைச் செய்வதற்கு அணுவளவு நியாயமும் கிடையாது. ஆனால் நியாய தருமங்கள் அடுத்தவர்களுக்கு மட்டுமே என்னும் அமெரிக்க சித்தாந்தத்தைத்தான் அவர்களும் கடைப்பிடிக்கிறார்கள் என்பதால் யாருடைய கதறலும் அவர்கள் காதில் விழாது. ஒட்டுமொத்த மேற்கு நாடுகளும் ரஷ்யாவின் மீது விதவிதமான பொருளாதாரத் தடைகளை அறிவித்து வருகின்றன. மறுபுறம் அமெரிக்கா, இங்கிலாந்து போன்ற பெரும் பண தேசங்கள் கணக்கு வழக்கில்லாமல்

உக்ரைனுக்குப் பண உதவியும் ஆயுத உதவியும் செய்து வருகின்றன. யுத்தத்தை நிறுத்தும் வல்லமை கொண்ட தேசங்கள் அனைத்தும் தடுப்பாட்டம் ஆடுவதற்கு சகாயம் செய்யத் தயாராக உள்ளனவே தவிர, ரஷ்யாவுக்கு எதிராக உருப்படியாக இன்று வரை ஒன்றும் செய்தபாடில்லை.

போர் தொடங்கி மூன்று மாதங்கள் ஆகிவிட்டன. உக்ரைன் இன்று வரை தாக்குப் பிடித்துக்கொண்டிருக்கிறது என்பதைத் தவிர, பெருமைப்பட்டுக்கொள்ளும் அளவுக்கு அங்கே நிலவரம் அவ்வளவு சாதகமாக இல்லை. சரியாகச் சொல்வதென்றால் கற்பனைக்கு அப்பாற்பட்ட சர்வ நாசம். ரஷ்யா கைப்பற்றிக்கொண்ட பகுதிகள் மட்டுமல்ல; இப்போது தாக்குதல் நடைபெற்றுக்கொண்டிருக்கும் அனைத்துப் பிராந்தியங்களுமே வெறும் இடிபாட்டு மேடுகளாகத்தான் தோற்றமளிக்கின்றன. நவீன காலம் அனைத்தையும் உடனுக்குடன் படம் பிடித்துப் பொது வெளிச் சுற்றுக்கு விட்டுவிடுவதால் மூடி மறைக்கத் தக்க ரகசியம் என்று பெரிதாக ஒன்றுமில்லை.

ரஷ்யப் படைகள் உக்ரைன் எல்லை தாண்டி வரத் தொடங்கிய முதல் இரு தினங்களின் காட்சிகள் ரத்தம் உறையச் செய்பவை. உக்ரைனிய அதிபரும் ராணுவத் தளபதியும் இதர அரசாங்க முக்கியஸ்தர்களும் போர்த் திட்டம் தீட்டுவதற்குக் கண் காணாமல் போய்விட்டார்கள். காவல் துறை, ராணுவம் எல்லாம் என்ன செய்கின்றன, எங்கே நகர்கின்றன என்றே யாருக்கும் புரியவில்லை. அனைவருக்கும் அபாயம் தெரியும். ஆனால் சரியான உத்தரவு எங்கிருந்து எப்போது வரும் என்று தெரியவில்லை.

நீப்பர் நதியின் கிளைகள் பெருகும் பகுதியெங்கும் வசிக்கும் கிராம மக்கள் தமக்குள் பேசி ஒரு முடிவு செய்தார்கள். நாடு நமக்கு என்னவாவது செய்துவிட்டுப் போகட்டும். நாம் நமது நாட்டுக்காக இதனைச் செய்வோம்.

அவர்கள் எதிரிகளின் வரத்தைத் தடுக்கும் பொருட்டு ஆற்று நீரை மடை திறந்து விட்டார்கள். இது கண்டலேறு அணையில் நீர் திறக்கும் வருடாந்திரச் சடங்கு போன்றதல்ல. ஒரு ஜீவ நதியின் அனைத்துத் தடுப்புகளையும் நீக்குவதென்பது கிட்டத்தட்ட கூட்டுத் தற்கொலைக்குச் சமம்.

ஆனால் அவர்கள் அதனைச் செய்தார்கள். தங்கள் வாழ்விடம், ஜீவாதாரங்கள், வயல்கள், கால்நடைகள் அனைத்தையும் நீருக்குத் தாரை வார்த்தார்கள். நூற்றுக் கணக்கான கிராமங்கள் நீரில் மூழ்கிப் போயின. எவ்வளவோ பேர் போக்கிடம் இல்லாமல் நீரோடு போய்ச் சேர்ந்தார்கள். ஆனால், உக்ரைனியர்களின் அந்த தேசப் பற்று எதிரிகளின் ஊடுருவலைச் சிறிது தாமதப்படுத்தியது உண்மை. உக்ரைன் ராணுவம், சரியான தற்காப்புத் தாக்குதலுக்கான வியூகங்களை வகுத்துக்கொள்வதற்கு அந்தக் கால அவகாசம் அவர்களுக்குப் பயன்பட்டது உண்மை.

ஏராளமான ரஷ்ய ராணுவ பீரங்கிகளை உக்ரைனிய மக்கள் அழித்தார்கள் என்று இங்கே செய்தி வந்தது நினைவிருக்கும். அதெல்லாம் வெள்ளத்தில் சிக்கி நாசமான பீரங்கிகள்தாம். பீரங்கிகள் மட்டுமல்ல. எதிர்பாராத அந்த வெள்ளத் தாக்குதலில் சிக்கி நூற்றுக் கணக்கான ரஷ்ய வீரர்களும் இறந்து போனார்கள்.

ஒப்பீட்டளவில் பிப்ரவரி இறுதி வாரம் உக்ரைனுக்குள் நுழைந்த ரஷ்யப் படைகளுக்கு ஏற்பட்ட

இழப்பினைக் காட்டிலும் உக்ரைனியர்களின் இழப்பு மிகப் பெரிதுதான். அதில் சந்தேகமில்லை. ஆனால் ஆக்கிரமிப்புக்கு எதிரான அம்மக்களின் தன்னியல்பான எழுச்சி நிகரே சொல்ல முடியாதது. ரத்தத்தில் தேசிய உணர்வு கலந்தால் அல்ல; ரத்தமே அதுவாக இருந்தாலொழிய இதெல்லாம் சாத்தியமே இல்லை.

இன்னொரு காட்சி. இது யுத்தம் ஆரம்பித்த நான்காவது நாள் வெளியானது.

ஆளரவமற்ற உக்ரைனின் எல்லைப்புற நகரம் ஒன்றில், ஒரு வீதி. திடீரென்று எங்கிருந்தோ ஒரு பெரிய லாரி வந்து நிற்கிறது. காத்திருக்கும் பகுதி வாழ் மக்கள் உடனே வீட்டுக் கதவுகளைத் திறந்துகொண்டு அந்த லாரியை நோக்கி ஓடுகிறார்கள். வினாடிப் பொழுதில் லாரியில் கொண்டு வரப்பட்ட ஏராளமான கண்ணாடி பாட்டில்கள் பெட்டி பெட்டியாகக் கீழே இறக்கப்படுகின்றன. எல்லாம் காலி பாட்டில்கள். லாரி போய்விடுகிறது. வீதிவாசிகள் ஒவ்வொருவரும் ஒரு பாட்டில் பெட்டியை எடுத்துக்கொண்டு அவரவர் வீட்டை நோக்கி ஓடுகிறார்கள். உள்ளே நுழைந்து கதவைத் தாழிட்டுவிடுகிறார்கள்.

பிறகு எடுத்து வந்த ஒவ்வொரு பாட்டிலுக்குள்ளும் பெட்ரோல், டீசல், மண்ணெண்ணெய் என்று தம் வசம் இருக்கும் எரிபொருளை நிரப்பி, மேலுக்குத் துணி சுற்றி ஆயுதமாகத் தயார் செய்கிறார்கள்.

அடுத்த ஐந்து பத்து நிமிடங்களில் ரஷ்யத் துருப்புகள் அந்தப் பகுதியை நோக்கி வந்துகொண்டிருக்கும் தகவல் வருகிறது. அபாயச் சங்கு ஒலிக்கிறது. மக்கள் அத்தனைப் பேரும் கதவருகே, சன்னல்கள்

அருகே பதுங்கி நின்று காத்திருக்கிறார்கள். ரஷ்ய டாங்கிகள் வீதிக்குள் நுழையும் நேரம், ஓவென்று கூக்குரலிட்டபடி அனைத்து வீடுகளில் இருந்தும் மக்கள் ஆவேசமாக வெளியே பாய்கிறார்கள். ஆண்கள், பெண்கள், வயதானவர்கள், சிறுவர் சிறுமியர் என்கிற பேதமே இல்லை. அவ்வளவு பேரும். அனைவர் கரங்களிலும் பெட்ரோல் குண்டுகள். முன்னேறி வரும் ரஷ்ய டாங்கிகளின் மீது அவர்கள் சரமாரியாக அவற்றை வீசிக்கொண்டே இருக்கிறார்கள்.

டாங்கிகள் வெடித்துச் சிதறுகின்றன. ரஷ்ய வீரர்களில் சிலர் இறந்து விழுகிறார்கள். மேலும் சிலர் துப்பாக்கிச் சூடு நிகழ்த்துகிறார்கள். உக்ரைனியர்கள் அதைப் பொருட்படுத்துவதே இல்லை. கையிருப்பு தீரும் வரை அவர்கள் இடைவிடாமல் தாக்கிக்கொண்டே இருக்கிறார்கள். இந்தச் சண்டையில் குண்டடி பட்டு விழுவோரைப் பெண்கள் அப்புறப்படுத்துகிறார்கள். இழுத்துப் போட்டுவிட்டு மீண்டும் சண்டையிட வந்துவிடுகிறார்கள்.

ரஷ்யத் துருப்புகளுக்கு இது புரிவதில்லை. தங்களை எதிர்ப்போரில் ஒருவராவது உக்ரைனிய ராணுவ வீரராக இருக்கிறாரா என்று அவர்கள் தேடுகிறார்கள். உடுப்பு அணிந்த யாருமே இல்லை. அனைவரும் பொது மக்கள். யாரிடமும் துப்பாக்கி இல்லை. கையெறி குண்டுகள் இல்லை. பெட்ரோல் குண்டு தவிர வேறு எதுவுமே இல்லை. ஒரு பெரிய குண்டு வீச்சில் மொத்த வீதியையும் அழித்துவிட முடியும். அல்லது பின்னால் வருகிற பீரங்கிகளுள் ஒன்றை இயக்கினால் ஒரு தலையும் தப்பாது. இதெல்லாம் தெரியாமலா இருக்கும் அவர்களுக்கு? ஆனாலும் எங்கிருந்து வருகிறது இந்த ஆவேசம்?

தேசத்துக்காக உயிரைத் தருகிறோம் என்று பேசலாம். பக்கம் பக்கமாக எழுதலாம். ஆனால், குடும்பம் குழந்தை குட்டிகளுடன் வீட்டை விட்டு வெளியே வந்து பீரங்கிகளுக்கு எதிரே நிற்க எவ்வளவு நெஞ்சுரம் வேண்டும்! ஒருவர் இருவர் என்றால் சரி. ஒரு தேசமே இப்படியா எழுந்து நிற்கும்?

நிற்கும்!

திணிக்கப்படும் அல்லது புகட்டப்படும் தேச பக்திக்கும் தன்னியல்பாக ஊற்றெனப் பொங்கிப் புறப்படும் தேச பக்திக்கும் நுணுக்கமான வித்தியாசங்கள் நூற்றுக் கணக்கில் உள்ளன. உக்ரைனியர்களின் வலி மிகுந்த வரலாற்றில் இருந்து நாம் கற்க நிறையப் பாடங்கள் உள்ளன.

ஒவ்வொன்றாகப் பார்ப்போம்.

2. மிதிபடு மண்

இரண்டாயிரத்து எட்டாம் ஆண்டு ருமேனியாவின் தலைநகரமான புகாரஸ்டில் நேட்டோ நாடுகள் கூட்டமைப்பின் உச்சி மாநாடு ஒன்று நடந்தது. ரஷ்ய அதிபர் புதின் அந்த மாநாட்டில் கலந்துகொண்டு ஓர் உரையாற்றினார். எதற்கு என்றெல்லாம் கேட்கக் கூடாது. எப்படியும் ரஷ்யா உக்ரைன் மீது படையெடுக்கத்தான் போகிறது என்று அப்போதே தீய்ந்த வாசனை அடிக்கத் தொடங்கியதால் வம்பு மூலவரைக் கூப்பிட்டு வாயைப் பிடுங்கப் பார்த்தது நேட்டோ. புதினுக்கு இதெல்லாம் தெரியாததோ, புரியாததோ அல்ல. தவிர, தான் நம்புகிற ஒன்றை பகிரங்கமாகப் பேச அவர் என்றுமே தயங்கியதில்லை. ஆனால் பிரச்னை, அவர் நம்புவது உண்மைதானா அல்லது தான் அப்படி நம்புவதாக ஊர் உலகை நம்ப வைக்க மேற்கொண்ட அரசியல் நாடகமா என்று கணிப்பதில் உள்ளது. அவ்வளவு எளிதாக எந்தக் கணக்கிலும் சிக்கிவிடக் கூடியவர் இல்லை அவர்.

அந்த மாநாட்டில் புதின் உக்ரைன் குறித்துச் சில சொற்கள் பேசினார். அன்றைய ஜெர்மனியின் ஹிட்லர், இன்றைய வட கொரியாவின் கிம் போன்ற மிகச் சிலரைத் தவிர எப்பேர்ப்பட்ட அராஜகவாதியும் அப்படியெல்லாம் பேசுவதற்குச் சிறிது யோசிப்பார்கள். ஏனெனில், சரித்திரம் என்பது தனி நபர்களுக்கு மட்டும் தெரிந்த ரகசியமல்ல. ஆளுக்கொரு விதமாக, பிராந்தியத்துக்கு ஒரு விதமாக அது எழுதப்பட்டாலும் உண்மைக்கு ஒரே வடிவம், ஒரே நிறம், ஒரே குணமதான். எப்படிச் சுற்றி வளைத்து பூவலங்காரம் செய்து ஜோடித்து வைத்தாலும் காயம் பட்ட இடத்தின் ரத்தப் படலம் கண்ணில் படாமல் போகாது.

புதினின் வாதத்தை மிகவும் சுருக்கி ஒரு வரியில் சொல்வதென்றால் உக்ரைன் என்பது ஒரு தனித்த தேசமே அல்ல.

சிறிது விரித்துப் பார்த்தால் அவரது கூற்று இப்படிப் பொருள் தரும்: தற்போதைய உக்ரைன் என்பது சோவியத் யூனியன் உயிருடன் இருந்தபோது சுப்ரீம் சோவியத் ஆட்சியாளர்களால் வடிவமைக்கப்பட்டது. இரண்டாம் உலகப் போர் முடிந்த சமயத்தில் போலந்து, செக்கஸ்லோவாக்கியா, ருமேனியா போன்ற அண்டை தேசங்களில் இருந்து சிறிது சிறிது நிலப்பரப்பைப் பீறாய்ந்து உருவாக்கப்பட்ட ஒரு காலனி. தவிர ரஷ்யாவின் தெற்கு எல்லைப் பிராந்தியங்களையும் அது உள்ளடக்கி இருக்கிறது. அதாவது, அதுவும் ரஷ்யாவின் பெருந்தன்மையால் விட்டுத் தரப்பட்டது. அது ஒரு புறம் இருக்க, உக்ரைனின் மொத்த மக்கள் தொகையில் மூன்றில் ஒரு பங்கு (நாற்பத்தைந்து மில்லியனில் பதினேழு மில்லியன் என்று 2008ல் புதின் சொன்னார்.)

ரஷ்யர்கள்தாம். அதுதான் ஒழியட்டும் என்றால் உக்ரைன் நிலப்பரப்பின் பல பகுதிகளில் தொண்ணூறு சதவீதம் ரஷ்யர்களே வசிக்கிறார்கள். கிரீமியாவையெல்லாம் உக்ரைன் தனது பகுதியாகச் சொல்லிக்கொள்ள எந்த முகாந்திரமும் இல்லை.

இன்னும் சொல்லலாம். ஆனால் அர்த்தம் ஒன்றுதான். உக்ரைன் மீது ரஷ்யா போர் தொடங்குவதற்கான அரசியல் நியாயங்கள் ஏராளமாக உள்ளன என்பதே புதினின் நிலைபாடு. கவனிக்க. இது 2008ல் அவர் பேசியதில் இருந்து தொகுக்கப்பட்டது. இன்று வரை புதின் தனது நிலைபாட்டில் உறுதியாக இருப்பதன் வெளிப்பாடுதான் இன்று நடக்கிற யுத்தம்.

முதலில் கிழக்கு எல்லை என்றார்கள். பிறகு வடக்கு மற்றும் வட மேற்கு எல்லை என்றார்கள். இந்த நகரம், அந்த நகரம், தலை நகரம், வால் நகரம் என்று ஒவ்வொன்றாகச் சொல்லிக்கொண்டிருந்தவர்கள் இப்போது மொத்த உக்ரைனிலும் பரவித் தாக்கத் தொடங்கிவிட்டார்கள். அழிவை எத்தனைச் சொற்களில் வர்ணித்தாலும் அர்த்தம் ஒன்றுதான். இனி உக்ரைன் மீண்டெழப் பல காலம் பிடிக்கும்.

ஆனால் இந்தக் கணம் வரை உக்ரைனியர்கள் விட்டுத் தரவில்லை. போர் தொடங்கிய இரண்டாம் நாளே உக்ரைன் விழுந்துவிடும் என்று உலகம் எதிர்பார்த்தது. ரஷ்யப் படைகளின் கமாண்டர் அலெக்சாந்தர் த்வர்னிகாவ், பத்து நாள்களுக்கு மேல் எங்களுக்கு இங்கே வேலை இருக்காது என்றே சொன்னார். ஆனால் மூன்று மாதங்கள் முடிந்து, இது நான்காவது. இன்னும் போர் தொடர்ந்தான் செய்கிறது. இப்போதைக்கு முடிய வாய்ப்பில்லை என்று உலகமே சொல்கிறது.

இத்தனைக்கும் உக்ரைனிய ராணுவம் என்பது ஒப்பீட்டளவில் மிகவும் சிறியது. ரஷ்யப் படை சற்றேறக் குறைய மூன்று லட்சம் வீரர்களை உள்ளடக்கியது என்று தெரிகிறது. தேவைக்குத் தகுந்தாற்போல அனுப்பிக்கொண்டே இருக்கிறார்கள். ஆனால் உக்ரைன் ராணுவத்தின் மொத்த பலமே இரண்டு லட்சத்தினும் குறைவு. நேட்டோ நாடுகள் ஆயுத உதவி செய்கிறார்கள், இதர உதவிகள் வந்துகொண்டுதான் இருக்கின்றன என்றாலும் ஆயுதங்களல்ல; ஆன்ம பலமே அவர்களை இன்றளவும் தாக்குப் பிடிக்க வைத்திருக்கிறது.

இன்னொரு காரணமும் இதற்கு உண்டு. உண்மையில் போரின் மீது புதினுக்கு உள்ள ஆர்வம் ரஷ்ய வீரர்களுக்கு இல்லை. இது ஒவ்வொரு நாளும் உக்ரைனில் இருந்து வருகிற செய்திகளில் இருந்து தெரிகிறது. உக்ரைன் ராணுவம் அவ்வளவு ஒன்றும் பலசாலி அல்ல என்றாலும், அவர்கள் தாய்நாட்டைக் காக்கப் போரிடுபவர்கள். அந்தத் தீவிரம் அவர்களிடம் குறையவே செய்யாது. ஆனால் ரஷ்ய வீரர்கள் அப்படி அல்ல. அவர்கள் வெறுமனே சம்பளத்துக்கு சண்டை போட வந்திருப்பவர்கள். அதற்குரிய நியாயத்தை மட்டுமே அவர்களிடம் எதிர்பார்க்க முடியும்.

தவிரவும் நிலவியல்-கலாசார ரீதியில் இரு தேசங்களும் மிக நெருங்கிய தொடர்பு கொண்டவை என்பதால் உக்ரைன் தரப்பு நியாயங்கள் ரஷ்யப் படைக்குத் தெரியும். இந்தப் போரே அநியாயமாக ஆரம்பிக்கப்பட்டதுதான் என்பதை அவர்களைக் காட்டிலும் தெளிவாக அறிந்த இன்னொரு தரப்பு இருக்க முடியாது. இதனால் எல்லாம்தான் ரஷ்யப் படைகளால் உக்ரைனை அவ்வளவு எளிதாக - அவர்கள் தொடக்கத்தில் சொன்னது போலக் கைப்பற்றிவிட முடியவில்லை.

ஒரு கணம் எண்ணிப் பாருங்கள். மொத்த ஐரோப்பிய நிலப் பரப்பிலேயே அதிகபட்ச ஏழைமை என்பது உக்ரைனில்தான். பெரிய தொழில் வளம் கிடையாது. போக்குவரத்து வாகன உற்பத்தி-ஏற்றுமதியை விட்டால் சொல்லிக்கொள்ளும்படி உண்மையிலேயே வேறு எதுவும் கிடையாது. தேசத்தின் பெரும்பாலான வருமானம் என்பது விவசாயத்தில் இருந்து வருவது. குறிப்பாக கோதுமை ஏற்றுமதிதான் உக்ரைனின் தலையாய வருமான வழி. சில தாதுச் சுரங்கங்கள் உள்ளன. நிலக்கரி கிடைக்கிறது. எப்படியோ சமாளித்து ஓட்டிவிடுவார்கள். ஆனால் இப்படி ஒரு யுத்தம் மூண்டு மொத்த நாடும் நிலைகுலைந்து போனால் விட்ட இடத்தையாவது திரும்பப் பிடிக்க எவ்வளவு காலம் எடுக்கும்!

வேறு வழியில்லை. சரித்திரம் முழுதும் இம்மாதிரியான நெருக்கடிகளை உக்ரைன் சந்தித்த படியேதான் வந்திருக்கிறது. எனவே, இதையும் சமாளிக்கும்.

முன்னொரு காலத்தில் கீவ் ரஸ் என்னும் பழங்குடி இனம் கிழக்கு ஐரோப்பிய நிலப்பரப்பில் ஓர் ஆதிக்க சக்தியாக இருந்தது. இன்றைய உக்ரைனின் வரலாறு என்று ஆரம்பித்தால் நியாயமாக அவர்களிடம் இருந்துதான் தொடங்க வேண்டும். அவர்களது பெயரில் இருந்து உருவி எடுத்ததுதான் இன்றைய உக்ரைனின் தலைநகரப் பெயர் *(Kyiv)*. அதே பெயரில் இருந்து பின் பகுதியை உருவி வைத்ததுதான் ரஷ்யா.

கிபி பதிமூன்றாம் நூற்றாண்டு வரை அந்தக் கீவ் ரஸ் பேரரசுதான் அங்கே ஆண்டுகொண்டிருந்தது. மங்கோலியப் படையெடுப்பு நிகழ்ந்தபோதுதான் நில எல்லைகள் சிதறத் தொடங்கின. ஒரு யுத்தம்

என்ன செய்யும் என்ற வினாவுக்கு ஒரே பதில்தான். என்ன வேண்டுமானாலும் செய்யும்.

அன்றைக்கு உக்ரைனிய நிலப்பரப்பின் மீது மங்கோலியப் படைகள் தாக்குதல் தொடுத்ததன் விளைவாகக் கீவ் ரஸ் ஆட்சி இல்லாமல் போனது ஒரு பக்கம். ரஷ்யா, லித்துவேனியா, போலந்து, ஆஸ்திரியா போன்ற தேசங்கள் ஆளுக்குக் கொஞ்சமாக உக்ரைனை அதன் ஓரங்களில் வளைத்துப் போட்டுக்கொண்டன. இதில் அதிக பட்ச அபகரிப்பு போலந்து செய்தது.

போர்க் காலத்தில் நில எல்லைகள் மாறுவதும் மீள்வதும் இயல்பானது. ஆனால் போர் முடிந்த பிறகு நாம் எங்கே, என்ன அடையாளத்துடன் இருக்கிறோம் என்பது இருப்பைக் கேள்விக்குள்ளக்கிவிடும். உக்ரைனியர்கள் முதல் முதலாக அப்போதுதான் அந்த அடையாளச் சிக்கலில் மாட்டினார்கள்.

குறிப்பாக, போலந்து ஆக்கிரமித்த உக்ரைனிய நிலப்பரப்பில் வசித்து வந்த மக்கள் அத்தனைப் பேரும் கொதித்து எழுந்து கிளர்ச்சி, போராட்டங்களைத் தொடங்கினார்கள். இதர உக்ரைனியர்களும் அவர்களுடன் சேர்ந்துகொள்ள, 'கொஸாக் கிளர்ச்சி' என்று அச்சம்பவம் சரித்திரத்தில் ஏறி அமர்ந்தது. பல்லாயிரக்கணக்கான உக்ரைனியர்களை பலி வாங்கிய கிளர்ச்சி அது. மண்ணுக்காக, தாய் நாட்டுக்காக அவர்கள் ஈடுபட்ட முதல் யுத்தம் என்றே அதனைச் சொல்ல வேண்டும்.

ஆனால் அது நடந்தது போலந்து எல்லையில் மட்டும்தான். அங்கே உக்ரைனியர்கள் போலந்து ஆட்சியாளர்களுடன் சண்டை இட்டுக்கொண்டிருந்த போது இந்தப் பக்கம் ரஷ்யா வரிந்து கட்டிக்கொண்டு படைகளை அனுப்பித் தன் பங்குக்கு உக்ரைனின் கிழக்கு எல்லைகளை விழுங்க ஆரம்பித்தது.

மன்னராட்சிக் காலத்தில் இதற்கெல்லாம் நியாய தருமங்கள் கிடையாது. கிடைக்கிற வாய்ப்பைப் பயன்படுத்திக்கொண்டு தேச எல்லைகளை விரிவாக்குவது ஒன்றே குறிக்கோளாக இருந்தது. மங்கோலியனே படையெடுத்து, சாப்பிட்டுவிட்டுப் போய்விட்டான்; நான் மட்டும் ஏன் சும்மா இருக்க வேண்டும் என்று ஆரம்பித்த ஆட்டம்தான் அது.

நவீன யுகத்தில் பற்பல ஐரோப்பிய தேசங்களின் எல்லைகளை மறு வரையறை செய்ய ஓர் உலகப் போர் தோன்றியது. அப்போதும் உக்ரைன் நிறைய சேதமடைந்தது. எல்லைகள் களவு போயின. நிறையக் கஷ்டங்கள். அந்தப் பக்கம் ரஷ்யாவில் ஜார் மன்னருக்கு எதிராகக் கம்யூனிசப் புரட்சி நடந்து, மன்னராட்சி அகற்றப்பட்டபோது மொத்த உலகமும் எப்படி வியந்து நின்றதோ, அதைப் போலவே உக்ரைனும் ரஷ்யப் புரட்சியாளர்களை வியந்து வணங்கியது.

கவனம். இங்கே உக்ரைன் என்று குறிப்பிடப்படுவது, இன்று நாம் வரைபடத்தில் பார்க்கும் நிலப்பரப்பல்ல. மிகச் சிறியது. நாலாபுறங்களிலும் உள்ள தேசங்கள் எடுத்து விழுங்கியது போக மீதமிருந்த கொசுவளவு நிலப்பரப்பு.

ஆனால், சில தலைவர்கள் அக்காலக்கட்டத்தில் இருந்தார்கள். மக்களை ஒருங்கிணைத்து உருப்படியாக எதையாவது செய்யலாம் என்று நினைக்கக் கூடிய தலைவர்கள். அவர்கள் ரஷ்யாவில் நிகழ்ந்துகொண்டிருந்த மக்கள் மன மாற்றத்தைக் கவனித்தார்கள். கம்யூனிஸ்டுகளின் செயல்பாடுகளைக் கவனித்தார்கள். ஒரு பெரும் புரட்சிக்கு ரஷ்யா தயாராகிக்கொண்டிருந்த அதே

சமயம், மக்கள் சக்தியை எப்படி ஒருங்கிணைப்பது என்று ரஷ்யாவிடம் இருந்து உக்ரைனியர்கள் பாடம் கற்றார்கள். விளைவு *1917*ம் ஆண்டு ஜூன் மாதம் *23*ம் தேதி புதிய உக்ரையீனா மக்கள் குடியரசு ஒன்றைத் தோற்றுவித்து உலகுக்கு அறிவித்தார்கள்.

அன்றைக்கு ரஷ்யாதான் அதற்கு ஆதரவளித்தது. அதை மறுக்க முடியாது. ஆனால் அதே ரஷ்யாதான் ஐந்தாண்டு இடைவெளியில் *(1922)* உக்ரையீனாவின் தேசிய அடையாளத்தைச் சுருட்டிப் பரணில் வைத்துவிட்டு, சோவியத் ரஷ்யாவின் ஒரு பகுதியாகவும் ஆக்கிக்கொண்டது. உக்ரைன் என்கிற பெயர் இருந்தது. ஆனால் சோவியத் உக்ரைன். அன்று ரஷ்யாவுடன் இணைந்த பிரதேசங்கள் அனைத்துக்கும் டாக்டர் பட்டம் போல ஒரு சோவியத் பட்டம் கிடைத்ததுதான் நிகர லாபம். இணைப்பினால் வேறு என்ன கிடைத்தது என்றால், ஒன்றுமில்லை என்பதுதான் பதில். அகண்டு விரிந்த சோவியத் சாம்ராஜ்ஜியத்தின் ஒரு மாகாணம். தன்னாட்சி, பொன்னாட்சி என்று ஆயிரம் சொன்னாலும் சரித்திரம் சுட்டிக் காட்டும் சம்பவங்கள் அவ்வளவு ரசிப்புக்குரியதாக இல்லை.

முப்பத்திரண்டாயிரம் ஆண்டுகளுக்கு முன்னர் உக்ரைனிய நிலப்பரப்பில் மனிதக் குடியேற்றம் நிகழ்ந்ததாக தொல்லியல் ஆய்வுகள் சொல்கின்றன. *1922*ல் அங்கே சோவியத் குடியேற்றங்கள் நிகழ ஆரம்பித்தன. இடைப்பட்ட காலத்தில் உக்ரையீனா பட்ட பாடுகளை மொத்தமாக எடுத்து ஒரு தட்டில் வைத்து, மறு தட்டில் அதன் சோவியத் உறவுக் கால அனுபவங்களை வைத்தோமானால் - சந்தேகமே வேண்டாம். இந்தப் பக்கம்தான் சாய்ந்து நிற்கும்.

அது விலை கொடுத்து வாங்கிய பெருந்துயர்.

3. அடிமைகளைப் பயிரிடுவோம்

உக்ரைன் என்றில்லை. ஜெர்மனியின் கிழக்கு எல்லை தொடங்கி ரஷ்ய எல்லை வரை பத்தொன்பதாம் நூற்றாண்டில் தொழில் துறை என்ற ஒன்று பெரிதாக அல்ல; சிறிதாகக் கூட வளரவில்லை. நூற்றுக்குத் தொண்ணூற்றொன்பது சதவீதம் விவசாயம். நிலம் உள்ள விவசாயிகள் சிலர் இருந்தார்கள். ஆனால், குத்தகைக்கு நிலத்தை எடுத்து விவசாயம் செய்தவர்களே அதிகம். நிலங்கள் பண்ணையார்களுடையவை. பண்ணையார்கள் அந்தந்தப் பிராந்தியத்து மன்னர்களுடையவர்கள். மந்திரிகளுடையவர்கள். இன்றைக்கு பினாமி என்றொரு அதிகாரபூர்வ கலாசாரம் புழக்கத்தில் உள்ளது. அன்று அப்படி ஒரு பெயர் கிடையாது. அவ்வளவுதான் வித்தியாசம்.

நிலச் சொந்தக்காரர்களான பண்ணையார்கள் மந்திரிகளை நன்றாக கவனித்துக்கொள்வார்கள். மந்திரிகள் மன்னருக்கு விசுவாசமாக இருப்பார்கள். இந்த வரி, வட்டி, கிஸ்தி, கப்பம் கட்டுமான சமாசாரங்களில் குறைவறப் பார்த்துக்கொண்டால் போதும். இருக்கும் நாள் வரை இன்பமாக இருந்து விட்டுப் போய்விடலாம்.

இதில் கவனிக்க வேண்டியது, விவசாயம் செய்வோருடன் நேரடித் தொடர்பில் இருந்தது பண்ணையார்கள் மட்டுமே. விவசாயிகளுக்கு மந்திரிகளையோ, மன்னரையோ தெரியாது. பிரபுக்களெல்லாம் அவ்வளவு எளிதாக தரிசனம் தரமாட்டார்கள். பண்ணையாரை மட்டும் தூர இருந்து பார்க்கலாம். அவரது ஏஜெண்டுகள்தாம் நெருங்கி வந்து பேசுவார்கள். அதுவும் என்ன? வேலையைப் பாருடா வெங்காயம். அவ்வளவுதான்.

ஒன்று, குத்தகைக்கு நிலத்தை எடுத்து விவசாயம் செய்ய வேண்டும். அல்லது நேரடியாகப் பண்ணைகளில் கூலி வேலை செய்ய வேண்டும். இது அவரவர் வசதியைப் பொறுத்தது. இரண்டுக்கும் பெரிய வித்தியாசம் கிடையாது. லாபம் கொழிக்க வழியே இல்லாத இனங்கள். அன்றைய தேதியில் விவசாயிகள் இரண்டு வேளை பசியின்றி சாப்பிட முடிந்தால் போதும் என்பதுதான் பொதுவான நிலைமை. இன்னும் தெளிவாகச் சொல்வதென்றால் கூலி விவசாயிகள் கிழியாத கோவணம் கட்டியிருப்பார்கள். குத்தகை விவசாயிகள் அதே கிழியாத கோவணத்துக்கு மேலே கிழிந்த வேட்டி கட்டியிருப்பார்கள். அவ்வளவுதான்.

இந்த இரண்டு விதமான விவசாயத்திலும் இல்லாத மக்கள் பெரும்பாலும் அன்றைக்கு அங்கே கிடையாது. அப்படி யாராவது இருந்தால் அநேகமாகப் பிச்சைக்காரர்களாக இருப்பார்கள். அல்லது திருடர்களாக. அபூர்வமாக யாராவது எங்காவது மிகச் சிறிய அளவில் ஏதேனும் தொழிலில் ஈடுபட்டிருப்பார்கள். பூதக் கண்ணாடி வைத்து உற்றுப் பார்த்தால் ஏதோ ஒரு விதத்தில் அவர்கள் முன் சொன்ன பிரபுக்கள், அமைச்சர்கள், அரசாங்கத்தின் உயர் மட்டப் பிரதிநிதிகளுடன் தொடர்பு கொண்டவர்களாக இருப்பார்கள்.

இன்றைய நவீன கால தேச எல்லைகளுக்குப் பொருந்தாத, முற்றிலும் வேறு எல்லைகளைக் கொண்டிருந்த அன்றைய கிழக்கு ஐரோப்பிய நிலப் பரப்பினைச் சேர்ந்த தேசங்கள் அனைத்துமே ரஷ்யாவை அன்று ஆண்டுகொண்டிருந்த ஜார் மன்னர் பரம்பரையின் ஆட்சி முறையை அப்பட்டமாக நகலெடுக்கப் பார்த்தன. அதாவது, ஜார் மன்னர்கள் அவர்களைப் பொறுத்தவரை புத்திசாலிகள். மக்களை எப்படி அடக்கி ஒடுக்கிக் கட்டுப்பாட்டுக்குள் வைத்துக்கொள்வது என்கிற சூட்சுமம் தெரிந்தவர்கள். கனிவு என்கிற பேச்சுக்கே இடம் கிடையாது. கருணை என்கிற சொல்லுக்குப் பொருள் தெரியாது. இதுவே இல்லாதபோது, சக மனிதன், மனிதாபிமானம் போன்ற பதங்கள் பிறந்திருக்கவே வாய்ப்பில்லை அல்லவா?

மக்கள் உழைக்க வேண்டும். உழைத்துக்கொண்டே இருக்க வேண்டும். மன்னர்கள் சௌக்கியமாக இருக்க வேண்டும். அதற்கு உதவியாக இருக்கும் அதிகார வர்க்கமும் பண்ணையார் குலமும் கொஞ்சம் சாப்பிட்டுக்கொள்ளலாம். தவறில்லை. எவ்வளவு எளிய கொள்கை!

ஆனால் எல்லா சமயத்திலும், எல்லா இடங்களிலும் மக்கள் இதற்குக் கட்டுப்பட்டே இருந்துவிட மாட்டார்கள் அல்லவா? நேற்றுவரை உக்ரைனின் கிழக்கு எல்லையாக இருந்து, இப்போது ரஷ்யாவின் கட்டுப்பாட்டுக்குள் சென்றுவிட்ட கிரீமியா தீபகற்பப் பகுதியில் 1853-56 காலக்கட்டத்தில் ஒரு பெரிய யுத்தம் நடந்தது. அப்போது கிரீமியா ரஷ்ய ஜாரகளுககுள அடைககபபட்ட ஒரு அப்பாவி பூதம். ரஷ்யா முழுவதும் எப்படிப் பண்ணை அடிமை முறை நடைமுறையில் இருந்ததோ, அதேதான்

கிரீமியாவிலும். மக்கள் நாளெல்லாம், ஆயுளெல்லாம் உழைத்துத் தேய்ந்து ஒரு வேளை, ஒண்ணரை வேளை சாப்பிடுவார்கள். வேறு எந்த சுக சௌக்கியத்துக்கும் வழி கிடையாது.

அதையெல்லாம் யார் பொருட்படுத்துவார்கள்? கிரீமியாவுக்காக ஒரு போர். இந்தப் பக்கம் பிரான்சுப் படைகளும் இங்கிலாந்தின் படைகளும் ஒருங்கிணைந்து தாக்க வந்தன. அவர்களுடன் ஒட்டாமான் துருக்கியப் பேரரசின் படைகளும் இணைந்தன. அந்தப் பக்கம் தடுப்பாட்டம் ஆட வேண்டிய இடத்தில் ரஷ்யப் படைகள்.

இந்தப் போருக்கு உருப்படியான காரணம் என்னவென்று பார்த்தால் ஒரு புண்ணாக்கும் கிடையாது. ரஷ்யா அன்றைக்குத் தனது எல்லைகளை விரிவாக்கிக்கொண்டே சென்றது. துருக்கிய ஒட்டாமான் பேரரசின் எல்லைகளுக்குள் அது கை மற்றும் காலை வைத்துவிடும் அபாயம் அனைவருக்கும் தெரிந்தது. முன்னதாக ஒன்றிரண்டு தாக்குதல்களையும் நிகழ்த்தியிருந்தது. ரஷ்யா, துருக்கி வரை தனது எல்லைகளை விரிவுபடுத்துமானால் அது மொத்த ஐரோப்பாவுக்கும் சிக்கல். என்னவாவது செய்து ரஷ்யாவை அடக்கி வைக்க எல்லா நாடுகளும் நினைத்தன. சிக்கியது, கிரீமிய தீபகற்பம்.

சரித்திரப் பிரசித்தி பெற்ற இந்த மூன்றாண்டு யுத்தத்தில்தான் ஒன்றுக்கு மேற்பட்ட ஐரோப்பிய தேசங்கள் ஒருங்கிணைந்து ஒரு முழுமையான போர்க்கள நடவடிக்கையை முறைப்படி மேற்கொண்டார்கள். இன்றைய நேட்டோவெல்லாம் அந்தக் கூட்டணியின் தொடர்ச்சிதான். அதாவது, எந்தக் காலத்திலும் ரஷ்யா அங்கே ஒரு அச்சுறுத்தும்

சக்தி. மன்னராட்சியானாலும் சரி. பிறகு வந்த கம்யூனிஸ்டுகளின் காலமானாலும் சரி, இன்றைய முதலாளித்துவ கம்யூனிசக் காலமானாலும் சரி. அத்தேசத்தின் இயல்பு ஒன்றுதான். செயல்பாடு ஒரே விதம்தான். அக்கம்பக்கத்தில் உள்ளவற்றை அள்ளி விழுங்கி ஜீரணித்தல்.

விஷயத்துக்கு வருவோம். ரஷ்யாவுக்கு ஒரு பாடம் நடத்துவதற்காக மேற்படி கூட்டணி தேசங்கள் கிரீமியாவைக் குறி வைத்துப் படைகளை அனுப்பின. பெரிய போர். நிறைய சேதாரம். முதல் ஆறு மாதங்கள் அவர்களால் ரஷ்யாவை ஒன்றும் செய்ய முடியவில்லை. அட்மிரல் நகிமோ என்றொரு ராணுவத் தளபதி அப்போது ரஷ்யப் படைகளை வழி நடத்திக்கொண்டிருந்தார். அவர் வீரர்களைக் கொண்டுதான் யுத்தம் செய்கிறாரா, அல்லது பேய் பிசாசுகளை வைத்துப் போரிடுகிறாரா என்கிற சந்தேகம் வருமளவுக்குத் தாக்குதல் கொலைக் கொடூரமாக இருந்தது. போர் தொடங்கிய முதல் நான்கு மாதங்களுக்குள் ரஷ்யப் படைகள், துருக்கிய கப்பற்படையை ஒரு தூசு தும்பு மிச்சமில்லாமல் சர்வ நாசம் செய்தது.

உண்மையில் இது கொடுத்த அச்சத்தின் விளைவாகத் தான் பிரான்சும் இங்கிலாந்தும் உக்கிரமாகப் போர் செய்யத் தொடங்கின. அதுவரை பின்னால் இருந்து துருக்கிக்கு உதவிக்கொண்டிருந்தவர்கள், வரிந்து கட்டிக்கொண்டு நேரடியாகப் போர்க்களத்துக்கு வந்தது அப்போதுதான். மூன்றாண்டுக் கால யுத்தம். கிரீமியாதான் மையம் என்றாலும் போர் முனைகள் பல இடங்களில் சிதறியிருந்தன. ஐரோப்பிய தேசங்களின் கடற்படையில் நீராவிக் கப்பல்கள் இருந்ததும் ரஷ்யக் கடற்படை வெறும் பாய்மரக்

கப்பல்களை மட்டுமே கொண்டிருந்ததுமே ரஷ்யா அந்தப் போரில் இறங்குமுகம் காணக் காரணமாக இருந்ததாகச் சரித்திரம் சொல்கிறது.

அது கிடக்கட்டும். போரின் விளைவுகள்தாம் முக்கியம். அதுவரை ரஷ்யா என்றால் ஒரு பிரம்ம ராட்சசன் என்கிற பிம்பம் ஐரோப்பியக் கண்டம் முழுதும் பரவியிருந்தது. அந்த கிரிமியப் போருக்குப் பிறகு அந்த பிம்பம் சிறிது கலைந்தது. பிரான்ஸ் தலைநகரமான பாரிஸில் அமைதி ஒப்பந்தத் திருவிழா நடத்தினார்கள். ரஷ்யா, இறங்கி வந்து அதில் கையெழுத்துப் போட்டுவிட்டு இனி சிறிது வாலைச் சுருட்டி வைத்துக்கொள்கிறேன் என்று சொன்னது. இதன் தொடர்ச்சியாக அன்றைக்கு ரஷ்யாவின் ஆதரவுப் பிராந்தியங்களாக இருந்து செயல்பட்டுக்கொண்டிருந்த செர்பியா, மால்டோவா, வலாச்சியா போன்ற குறுநிலங்கள் இனி உனக்கு என் ஆதரவு கிடையாது என்று சொல்லத் தொடங்கின. பால்டிக் பிரதேசம் முழுவதிலும் ரஷ்யா தனது ராணுவத் தளங்களை நிறுவுவது தடை செய்யப்பட்டது.

இதெல்லாம் ஒரு பக்கம் நடந்துகொண்டிருந்தபோது குறிப்பிட்ட கிரீமிய நிலப்பரப்பில் வசித்து வந்த மக்கள், தம் சரித்திரத்தில் முதல் முறையாக அதிகார வர்க்கத்துக்கு எதிராகக் குரல் கொடுக்க ஆரம்பித்தார்கள். எவ்வளவு காலத்துக்கு அடிமைகளாகவே வாழ்ந்துகொண்டிருக்க முடியும்? உழைப்பில் குறைவில்லை. ஆனால் உழைப்புக்கு ஏற்ற பலன் இல்லை. பண்ணையார்கள் நன்றாகச் சுரண்டுகிறார்கள். பிரபுக்களும் மன்னர் குலமும் அவர்களுக்கு ஆதரவாக இருக்கிறார்கள். தேசங்கள் யுத்தம் செய்கின்றன. வெற்றி தோல்விகள் மாறி மாறி

வருகின்றன. மக்கள் மட்டும் அதே கஷ்டத்தைத்தான் அனுபவிக்க வேண்டுமா?

எனவே அவர்கள் போரில் ரஷ்யா தோற்றதன் தொடர்ச்சியாகப் பண்ணையார்களுக்கு எதிரான கிளர்ச்சியை ஆரம்பித்தார்கள். மன்னர் துவண்டு இருக்கும் நேரத்தில் சிறிது சுமையை ஏற்றி வைத்தால் என்னவாவது நல்லது நடந்துவிடாதா என்கிற எதிர்பார்ப்பு.

உண்மையில், கிரீமிய தீபகற்பத்தில் அன்று பண்ணையார்களுக்கு எதிராக மக்கள் தொடங்கிய கிளர்ச்சியும் வேலை நிறுத்தமும் போராட்டமும் இதர எதிர்ப்பு நடவடிக்கைகளும் ஜார் மன்னருக்கு மிகப் பெரிய கவலை அளித்தன. அண்டை தேசங்கள் யுத்தத்துக்கு வருவதை அவரால் புரிந்துகொள்ள முடிந்தது. ஆனால் சொந்த நிலத்தின் மக்கள் கிளர்ச்சியில் இறங்கினால் அது இன்னும் பெரிய ஆபத்தல்லவா? அவர்களுக்கு அன்னிய தேசத்து அரசாங்கங்கள் ஆதரவளிக்க வந்துவிட்டால் மேலும் பிரச்னை அல்லவா?

எனவே, ஒரு தாற்காலிக சமாதான ஏற்பாடாக ரஷ்யாவெங்கும் பண்ணை அடிமை முறை ஒழிக்கப்படும் என்று அறிவித்தார்கள். அதாவது, விவசாயிகள் இனி பண்ணையார்களுக்கு அடிமை இல்லை. அவர்கள் குத்தகைக்கு நிலம் பெற்று விவசாயம் செய்யலாம். ஆனால் விளைச்சலில் சரி பாதியைப் பண்ணையார்களுக்குக் கொடுத்துவிட வேண்டும்.

கவனியுங்கள். குத்தகை நிலம் என்பதே ஒரு பெருந்தொகை கொடுத்துத்தான் பெற வேண்டும். பிறகு அதில் சொந்தச் செலவில் விவசாயம் செய்ய

வேண்டும். அதற்கும் பிறகு, விளைவதில் சரி பாதியைப் பண்ணையார்களுக்குத் தர வேண்டும். தமக்கு மிஞ்சும் விளைச்சலுக்கு இருக்கவே இருக்கிறது, வரி.

ஒரு வரியில் சொல்வதென்றால், அரசு எந்த விதத்திலும் மக்களுக்குச் சாதகமாக நடந்துகொள்ள நினைக்கவில்லை. அவர்கள் பண்ணையார்களைக் கைவிடத் தயாராக இல்லை. ஏனெனில் அவர்கள் படி அளப்பவர்கள்.

இது இவ்வாறிருக்க, அந்தப் பக்கம் ஐரோப்பாவில் மெல்ல மெல்ல கார்ல் மார்க்ஸின் கம்யூனிச சித்தாந்தம் பரவலாகத் தொடங்கியிருந்தது. ஆனால் ரஷ்ய எல்லையை அது அப்போது தொட்டிருக்கவில்லை. யாரோ ஒரு தாடிக்காரரர் உழுபவர்களுக்கும் உழைப்பவர்களுக்கும் சாதகமாக என்னவோ சிலவற்றைச் சொல்லி வைத்திருக்கிறார்; ஒரு கூட்டம் அதைப் பிடித்துக்கொண்டு திரிந்துகொண்டிருக்கிறது என்கிற அளவில் மட்டும் செய்தி எட்டியிருந்தது.

மாறாக, கம்யூனிசத்துக்குச் சற்றும் சம்பந்தமில்லாத நரோடிஸம் என்கிற சித்தாந்தம் ரஷ்யாவில் மக்கள் மத்தியில் தூவப்பட்டிருந்தது. இதுவும் சோஷலிசத்தை நோக்கி மக்களைச் செலுத்தும் ஒரு முயற்சிதான். விவசாயிகளை நிரந்தரக் கிளர்ச்சியாளர்களாக உரு மாற்றி அவர்கள் மூலம் முடியாட்சிக்கு எதிரான கலகங்களை உருவாக்கி, மன்னர் ஆட்சியைக் கலைத்துவிட வேண்டும் என்பதை அடிப்படை நோக்கமாகக் கொண்டது. ரகசியக் கூட்டங்கள், சதித் திட்ட ஆலோசனைகள், திடீர்க் கிளர்ச்சிகள் என்று வழிமுறைகள் எல்லாம் அதேதான். ஆனால் சித்தாந்த ரீதியில் ஆழம் செல்வதற்கு வழியற்ற

- மேலோட்டமான புரட்சி மனப்பான்மையை உருவாக்குவதை மட்டுமே செயல் திட்டமாகக் கொண்டது இது.

உண்மையில் *1883*ம் ஆண்டு கார்ல் மார்க்ஸ் இறக்கும்போதுதான் ரஷ்யாவில் முதல் கம்யூனிச இயக்கம் ஒன்று தோன்றியது. ப்லக்னாவ் *(Georgi Valentinovich Plekhanov)* என்கிற தொழிலாளர் வர்க்கத்துப் பிரதிநிதி ஒருவரால் தொடங்கப்பட்டது அது. அதுவுமே எப்படி? இந்த மனிதர் மக்களிடம் வேண்டாத சங்கதிகளைப் பேசி, விவகாரம் செய்கிறார் என்று ஜார் அரசாங்கம் அவரைப் பிடித்து வைத்துக்கொண்டு சித்ரவதை செய்யப் போக, ஒரு நல்ல நாள் பார்த்து அவர் ரஷ்யாவில் இருந்து தப்பித்து ஸ்விச்சர்லாந்துக்குச் சென்றார். அங்கே ஜெனிவாவில் ரகசியமாகப் பதுங்கி இருந்தபடி, ரஷ்யாவில் இருந்த தமது ஆதரவாளர்களைத் திரட்டி ஓர் அமைப்பை உருவாக்கினார். அதற்குத் தொழிலாளர் விடுதலைக் குழு *(Imancipation of Labour Group)* என்று பெயரிட்டார். கார்ல் மார்க்ஸின் எழுத்துகளை-உரைகளை ரஷ்ய மொழியில் பெயர்த்து மக்கள் மத்தியில் பரப்புவது இந்தக் குழுவின் முதன்மைச் செயல்பாடாக இருந்தது. 'சித்தாந்தம் புரிந்தால்தான் புரட்சி சாத்தியம்' என்று முதல் முதலில் ரஷ்யர்களுக்குச் சொன்னவர் ப்லக்னாவ்தான். ரஷ்யர்களைப் போலவே, அவர்களது பங்காளிகளான உக்ரைனியர்களும் 'ஆமாம், அதுதான் சரி' என்று நம்பி ஏற்கத் தொடங்கியிருந்தார்கள்.

இதெல்லாம் நடந்துகொண்டிருந்தபோது விளாடிமிர் லெனினுக்குப் பன்னிரண்டு வயது.

4. எல்லை நிலம்

சென்ற அத்தியாயத்தில் கிரீமிய யுத்தத்தைப் பார்த்த படியால் இப்போது அதன் தொடர்ச்சியைத்தான் கவனிக்க வேண்டும் என்று சட்டமா இருக்கிறது? நமக்குத் தெரிய வேண்டியது உக்ரைனின் வரலாறு. அம்மண்ணை மையமாக வைத்து நடைபெற்ற யுத்தங்களின் வரலாறு. சரித்திரம் முழுதும் அத்தேசம் எப்படி எல்லாம், யாரால் எல்லாம் பழி வாங்கப்பட்டிருக்கிறது என்கிற வரலாறு. இது முழுதாகத் தெரிந்தால்தான் ரஷ்யா என்கிற பிரம்ம ராட்சதனுக்கு உக்ரைன் என்னும் கொசு எப்படி நான்கு மாதங்களாகத் தண்ணி காட்டிக்கொண்டிருக்கிறது என்பது புரியும்.

1853-இல் தொடங்கி மூன்றாண்டுகள் நடைபெற்ற கிரீமிய யுத்தத்தில் உக்ரைன் சிக்கியது அதன் விதி. சம்பந்தமே இல்லாமல் ரஷ்யாவும் அதன் எதிரி தேசங்களும் மோதிக் கொண்டதற்கு உக்ரைன் பலியானது. அதன் நிலப்பரப்பு பல பேரால் பிரித்துத் தின்னப்பட்டது. ஆனால் அந்த யுத்தத்தின் தொடர்ச்சியாக உக்ரைனிய மக்களுக்கு ஒரு

பாடம் கிடைத்தது. அடி பணிந்து போவதல்ல; அதிகார வர்க்கத்தை எதிர்த்து நின்று நாலு கேள்வி கேட்பதுதான் ஏதாவது நல்லது நடக்க வழி செய்யும். நல்லதே நடக்காது போனாலும், ஆள்பவர்கள் நம்மைப் பொருட்படுத்தி கவனிக்கவேனும் செய்வார்கள் அல்லவா?

போரில் ரஷ்யா பின்வாங்க நேர்ந்து, அமைதி ஒப்பந்தத்தில் எல்லாம் கையெழுத்திட்டுத் துவண்டிருந்த சமயத்தில் உக்ரைனியர்கள் அங்கே பண்ணையார்களுக்கு எதிரான கிளர்ச்சியைத் தொடங்கினார்கள். அதன் விளைவாக ரஷ்யா எங்கும் பண்ணை அடிமை முறை ஒழிக்கப்படும் என்று ஜார் மன்னர் அறிவித்ததையும் பார்த்தோம். பெரிய பலனில்லை என்றாலும் அந்தச் சிறிய வெற்றியாவது உக்ரைனியர்களுக்கு அன்று தேவைப்பட்டது. ஏனெனில், தனித்த தேசிய இன அடையாளம் இருந்த போதிலும் ரஷ்யாவின் ஏகாதிபத்தியத்துக்கு உட்பட்ட நிலப்பரப்பாகவே பல்லாண்டுக் காலம் இருந்து சலித்திருந்தார்கள். கிரீமிய யுத்தத்தில் ரஷ்யா கண்ட தோல்வி உக்ரைனியர்களுக்கு ஒரு கள்ள மகிழ்ச்சியைத் தந்திருந்தது. இதனை ஒரு சமகால உதாரணத்துடன் புரிந்துகொள்ள வேண்டுமென்றால், மிகச்சமீபத்தில் இலங்கையில் ஏற்பட்ட பொருளாதார நெருக்கடி, ராஜபக்ச பதவி விலகல், அரசுக்கு எதிரான சிங்களர் போராட்டம் போன்றவற்றைச் சுட்டி, ஈழத் தமிழர்களில் பலர் சமூக ஊடகங்களில் என்ன எழுதினார்கள், எப்படி எழுதினார்கள் என்று எண்ணிப் பாருங்கள். ராஜபக்ச குடும்பத்தினருக்குச் சொந்தமான இடங்களில் தீவைப்புச் சம்பவங்கள் நிகழ்ந்தபோது தமிழகத் தமிழர்களிலேயே பலர் அதனை எப்படிக் கொண்டாடினார்கள் என்பதையும் சேர்த்து நினைவுகூரலாம். பல்லாண்டுக் கால அடக்கு

முறை, கட்டுக்கடங்காத வன்முறை, அத்துமீறல்கள், உரிமை மறுப்புகள், இனப்பகை, மத வெறி போன்றவை ஒரு மாபெரும் மனிதக் கூட்டத்தை ஒரே விதமாக பாதித்து, அடிபட்டவர்கள் மனத்தில் ஆழமான விரோத மனப்பான்மையை உருவாக்கி வைக்கும்.

1856ல் உருவான அந்த விரோத மனப்பான்மையின் நவீன வடிவம் 2013ம் ஆண்டு உக்ரைனியர்களுக்குத் திரும்ப ஒரு முறை உண்டானது. ஆட்சியாளர்கள் மீதுதான். ஆனால் அப்போது உக்ரைன், ரஷ்யாவின் பிடிமானத்தில் இல்லை. தனித்த தேசம். சுதந்தர தேசம். சொந்தமாக அரசியல் அமைப்புச் சட்டம் அமைத்துக்கொண்டு, ஒரு குடியரசாகத் தன்னை நிலை நிறுத்திக்கொண்டு, கஷ்டமோ நஷ்டமோ தன் வழியைத் தான் பார்த்துக்கொள்கிற தேசமாகத்தான் இருந்தது. ஆனாலும் சிக்கலுக்கு மூலக் காரணம், இம்முறையும் ரஷ்யாதான். தனது எடுபிடி ஒருவரை அவர்கள் உக்ரைனின் அதிபராக உட்கார வைத்திருந்தார்கள். அவர் பெயர் விக்டர் யனுகோவிச் (Viktor Yanukovych). எடுபிடி என்கிற சொல் உங்களுக்கு நெருடலைத் தரலாம். ஆனால் வேறு எவ்விதமாக இதனைக் குறிப்பிடுவது என்று தெரியவில்லை. ஒரு சுதந்தர தேசத்தின் அதிபர், நிற்கலாமா நடக்கலாமா உட்காரலாமா சாப்பிட்டுப் படுக்கலாமா என்பதைக் கூட ரஷ்ய அதிபரிடம் கேட்டுத்தான் செய்வார் என்றால் அவரை வேறு எப்படி அழைக்க முடியும்?

சிக்கல் என்னவென்றால், 2008 முதலே உக்ரைனுக்கு ரஷ்யா நெருக்கடி தந்துகொண்டிருந்தது. உக்ரைனின் கிழக்கு எல்லைப் பகுதியான கிரீமிய தீபகற்பத்தையும் அதனைச்சுற்றியுள்ளபல முக்கியமானநகரங்களையும் ரஷ்யர்கள் குறி வைத்திருந்தார்கள். சரித்திர காலம்

தொடங்கி எல்லை என்றாலே தொல்லைதான். தேசிய-இன அடையாளச் சிக்கல்களில் எப்போதும் அத்தகைய நிலப்பரப்புகள் சிக்கும். எல்லாக் கண்டங்களிலும் அதுதான். எல்லா தேசங்களிலும் அப்படித்தான். கிரீமியாவைப் பொறுத்தவரை, அங்கே ரஷ்ய இனத்தவர்கள் மிகுதியாக வசித்தார்கள். உக்ரைனியர்களும் இருந்தார்கள். இதுவும் காலம் தோறும் மாறுதலுக்கு உட்பட்டே வந்திருக்கிறது. பதினெட்டாம் நூற்றாண்டில் நடைபெற்ற ரஷ்ய-துருக்கிய யுத்தத்திற்குப் பிறகு கிரீமியா ரஷ்யாவின் ஒரு மாநிலமானது. *1917*ம் ஆண்டு ஆஹாவென்று ரஷ்யப் புரட்சி எழுந்த பிறகு கிரீமியாவை ரஷ்யா ஒரு தன்னாட்சிக் குடியரசாக அறிவித்தது. இந்த, புரட்சிக்குப் பிந்தைய தன்னாட்சியின் லட்சணத்தைப் பிறகு பார்க்கப் போகிறோம். அது ஒரு புறமிருந்தாலும் 'தன்னாட்சி' என்கிற அந்தஸ்து தருகிற கிளுகிளுப்பு முக்கியமானது என்பதை மறுப்பதற்கில்லை. கிரீமிய தீபகற்ப மக்கள் தங்களை உக்ரைனியர்களாக உணர வேண்டியதில்லை என்கிற மனநிலையைப் பூரணமாகப் பெற அதுதான் அடிப்படைக் காரணம். ஆனால் இரண்டாம் உலகப் போருக்குப் பிறகு பல ஐரோப்பிய தேசங்களின் எல்லைகள் மாற்றி அமைக்கப்பட்ட காலக்கட்டத்தில் கிரீமியாவின் தன்னாட்சி அதிகார வரம்புகளெல்லாம் காணாமல் போய்விட்டன.

அன்றைக்கு உக்ரைன் ஒரு சோவியத் தன்னாட்சிப் பிராந்தியம். சோஷலிசப் பிராந்தியம்தான். சோவியத் ரஷ்யாவின் பெருமைக்குரிய தோழமை நிலப்பரப்பும்கூட. அன்பு, பாசம், தோழமை எல்லாம் அளவுக்கதிகமாகவே இரு தேசங்களுக்கு மத்தியில் பொங்கி வழிந்துகொண்டிருந்தன. மன்றாமல் அன்பை இன்னும் அதிகப்படுத்தலாமே? பரிசு தராமல் என்ன

தோழமை வேண்டிக் கிடக்கிறது? குருட்ஷேவ் சோவியத் ரஷ்யாவின் அதிபராக இருந்த காலத்தில் மேற்படி கிரீமிய தீபகற்பத்தை சோவியத் உக்ரைனின் ஆளுகைக்கு உட்பட்ட பகுதியாகத் தூக்கிக் கொடுத்தார்கள்.

கவனமாகப் பார்க்க வேண்டும். உக்ரைன் ஒரு தனி தேசமென்றாலும் அன்றைக்கு சோவியத்தின் அங்கம். அதாவது அகன்று விரிந்த சோவியத் சாம்ராஜ்ஜியத்தில் ஒரு மாநிலம். ஆனால் தன்னாட்சி அதிகாரம் கொண்டது. கிரீமிய தீபகற்பம் என்பது இரு தேசங்களின் எல்லையிலுமாக இருக்கிற ஒரு சபிக்கப்பட்ட நிலப்பரப்பு. முன்னர் உக்ரைனிடம் இருந்தது. பிறகு யார் யாரிடமோ சென்றது. இறுதியில் ரஷ்யா வசம் வந்தது. இப்போது மீண்டும் உக்ரைனுக்குத் தரப்படுகிறது. அடிமை வியாபாரம் போலத்தான். 1991ம் ஆண்டு சோவியத் என்கிற கட்டமைப்பு கலைக்கப்பட்டு, ரஷ்யாவின் எல்லைகள் சுருங்கி, சேர்த்துக்கொண்ட இதர சோவியத்துகள் பழைய படி ஆளுக்கொரு தனி தேசமாகிப் போனபோது உக்ரைனும் தனி நாடானது. அப்போது கிரீமிய தீபகற்பத்தின் பெரும்பகுதி பழையபடி தன்னாட்சிக் குடியரசாக, ஒரு சிறிய பகுதி (செவஸ்டபோல்) மட்டும் உக்ரைனின் ஆட்சிக்கு உட்பட்ட பிராந்தியமாக அறிவிக்கப்பட்டது.

இதெல்லாம் பழங்கதை. நாம் தொடங்கிய 2013க்கு வருவோம். விக்டர் யனுகோவிச். ரஷ்ய ஆதரவு உக்ரைனிய அதிபர். அவருக்கு என்ன பிரச்னை என்றால், எப்படியாவது உக்ரைனை மீண்டும் ரஷ்யாவோடு சேர்த்துக் கட்டிவிட வேண்டும். அதை ஒரு அசைன்மெண்ட்டாகக் கொடுத்துத்தான் ரஷ்யா அவரை உக்ரைன் அதிபராகவே அமர்த்தியது.

உக்ரைனிய அதிபரை ரஷ்யா எப்படி அமர்த்தும் என்றெல்லாம் கேட்கக் கூடாது. அண்டை நாட்டுத் தேர்தல் ஒன்றில் தனது அடிப்பொடியை உள்ளே நுழைப்பதோ, வெற்றி பெற வைப்பதோ ரஷ்யாவுக்கு மிக எளிய பணி. நிலவியல் மற்றும் கலாசார ரீதியில் பெருமளவு ஒன்றுபட்ட இரு தேசங்களிலும் இரு தேசிய-இனத்தவர்களும் வசிக்கிறார்கள் என்று ஏற்கெனவே கண்டோம். தவிரவும் இருக்கவே இருக்கிறது உளவுத் துறை. வேறென்ன வேலை அதற்கு?

யனுகோவிச்சை ஆட்சியில் அமர்த்திய உக்ரைனியர் களுக்கு அவரைப் பிடிக்காமல் போனதற்கு ஒரு முக்கியமான காரணம் உண்டு. அக்காலக்கட்டத்தில் உக்ரைன் நீங்கலாக அந்தப் பிராந்தியத்தில் இருந்த பெரும்பாலான தேசங்கள் ஐரோப்பிய ஒன்றியத்தில் இணைந்திருந்தன. இன்றைய தேதியில் இருபத்து ஏழு தேசங்களை உறுப்பினர்களாகக் கொண்ட ஐரோப்பிய ஒன்றியம் என்னும் கூட்டமைப்பு 1992ம் ஆண்டு நிறுவப்பட்டது. இந்தக் கூட்டமைப்பில் தாமும் இணைந்துவிட வேண்டும் என்று உக்ரைனியர்கள் விரும்பினார்கள். உக்ரைனியர்கள் என்றால் கிழக்கு எல்லைப்புறவாசிகள் (அதாவது ரஷ்ய எல்லையில் வசிப்பவர்கள்) நீங்கலாக.

என்ன லாபம்?

என்றால், நிறைய உண்டு. இரண்டாம் உலகப் போருக்குப் பிந்தைய ஐரோப்பாவில் பெரும்பாலான தேசங்கள் பொருளாதார வலுவற்றுப் போயிருந்தன. ராணுவம், வர்த்தகம், விளைச்சல், உற்பத்தி, கல்வி என்று எந்தத் துறையை எடுத்துக்கொண்டாலும் வளர்ச்சிக்கு நிறைய முட்டுக்கட்டைகள் இருந்தன. பெரும் பணக்கார தேசங்கள் பெரிதாக

பாதிக்கப்படவில்லை என்பது உண்மையே. ஆனால் பெரும்பாலான தேசங்கள் பணக்கார தேசங்கள் இல்லை அல்லவா?

ஆனால் எல்லோரும் வளர வேண்டும். எல்லோரும் வாழ வேண்டும். முக்கியமாக, ஐரோப்பிய தேசங்களுக்கு இடையில் இந்தச் சாக்கிலாவது ஒரு பிணைப்பும் ஒற்றுமையும் நிரந்தரமாக ஏற்படுமானால் எதிர்காலத்தில் அது இன்னொரு பெரிய யுத்த அபாயத்திலிருந்து தற்காத்துக்கொள்ள உதவியாக இருக்கும் என்று எண்ணினார்கள். இதன் தொடர்ச்சியாக உருவாக்கப்பட்டதுதான் ஐரோப்பிய யூனியன் என்கிற அமைப்பு.

இந்த யூனியனில் இணைகிற தேசங்களுக்கு நடுவே தடுப்புச் சுவர்கள் கிடையாது. அதாவது யாரும் எங்கும் செல்லலாம். என்ன வேண்டுமானாலும் செய்யலாம். மக்கள் இடம் பெயர்ந்து தொழில் புரியலாம். பொருள்களைத் தடையின்றி உற்பத்தி செய்து எங்கு வேண்டுமானாலும் கொண்டு போய் வியாபாரம் செய்யலாம். எந்த நிறுவனமும் எங்கு வேண்டுமானாலும் முதலீடு செய்யலாம். எந்த தேசத்து வளமும் யாருக்கும் பயன்படலாம். இதில் தொடங்கி, ஒவ்வொரு துறை சார்ந்தும் ஒற்றுமைக் கொள்கைகளைப் பார்த்துப் பார்த்து உருவாக்கி தேசங்களை இணைத்தார்கள். யூரோ என்கிற பொத நாணயம் அறிமுகப்படுத்தப்பட்டது. இன்னும் நிறைய ஏற்பாடுகள்.

2004ம் ஆண்டு கட்சிக்கு ஆள் எடுப்பது போல இந்த ஐரோப்பிய ஒன்றியக் கூட்டமைப்பில் நிறைய நாடுகளைக் கூவிக் கூவி இணைத்தார்கள். அப்படி இணைந்த கிழக்கு ஐரோப்பிய தேசங்களுள் ஒன்று போலந்து.

போலந்து, உக்ரைனின் அண்டை நாடு. அந்தப் பக்கம் ரஷ்யா என்றால் இந்தப் பக்கம் இது. ஐரோப்பிய ஒன்றியத்தில் இணைவதற்கு முன்னால் உக்ரைனுக்கும் போலந்துக்கும் பொருளாதார ரீதியில் பெரிய வித்தியாசம் கிடையாது. இரண்டுமே சம அளவு ஏழை தேசங்களாகத்தான் இருந்தன. ஆனால் எப்போது போலந்து, தன்னை ஐரோப்பிய யூனியனுடன் இணைத்துக்கொண்டதோ, அதன் பிறகு ஒரு மாயாஜாலக் காட்சியே போல அத்தேசத்தின் முகமும் அகமும் மாறிப் போனது. எங்கெங்கிருந்தோ முதலீட்டாளர்கள் போலந்துக்கு வந்து கடை திறந்தார்கள். திடீரென்று கல்வி நிறுவனங்கள் ஏராளமாக முளைத்தன. விவசாயம் நவீனமானது. ஒவ்வொரு துறையிலும் நம்ப முடியாத அளவுக்கு அந்நிய முதலீடுகள் வந்து குவிந்துகொண்டே இருந்த தால் தொழில்கள் விரிந்தன. வேலை வாய்ப்புகள் பெருகின. மிகக் குறுகிய காலத்தில் போலந்து சட்டென்று வேறு வடிவம் எடுத்து உக்ரைனில் இருந்து வேறுபட்டுத் தெரியத் தொடங்கியது.

உக்ரைனியர்களுக்கு இது திகைப்பும் ஏக்கமும் தந்ததைப் புரிந்துகொள்ள முடிகிறதல்லவா? இப்போது சொல்லலாம். உக்ரைனின் அதிகாரபூர்வ தேசியப் பெயர், உக்ரையீனா. உக்ரையீனா என்கிற சொல்லுக்கு எல்லை நிலம் என்று பொருள். அதாவது உக்ரைன், ஐரோப்பாவின் எல்லை நிலம். மொத்த ஐரோப்பாவும் வளர்கிறது, வாழ்கிறது என்றால் உக்ரைனும் வளரவும் வாழவும் வேண்டுமல்லவா? இரண்டாம் உலகப் போரின் பேரழிவுக்குப் பிறகு கிழக்கு மேற்கு ஜெர்மனிகளே சுவரை இடித்துவிட்டு ஒன்றாகி உலகம் பார்த்து வியக்கும் அளவுக்கு முன்னேறிய தேசமாகிவிட்டது. போலந்து, சைப்ரஸ், எஸ்தோனியா, லித்துவேனியா, செக் குடியரசு,

ஹங்கரியெல்லாம் நிலப்பரப்பளவில் உக்ரைனைவிட மிகச் சிறிய தேசங்கள். அவையெல்லாம் ஐரோப்பிய ஒன்றியத்தில் இணைந்து வசதி படைத்த தேசங்களாகிவிட்டன. உக்ரைன் மட்டும் இன்னும் மாடு கட்டிப் போரடித்துக்கொண்டிருக்க என்ன தலையெழுத்து?

எனவே, தாங்களும் ஐரோப்பிய யூனியனுடன் இணைந்துவிட வேண்டும் என்று உக்ரைனியர்கள் விரும்பினார்கள். அதையே அரசுக்குக் கோரிக்கையாகவும் வைத்தார்கள்.

ஆனால் ஆள்வது யார்? யனுகோவிச். ரஷ்யாவுக்கு வேண்டப்பட்டவர். அவர் எப்படித் தமது தேசத்தை ஐரோப்பிய யூனியனுடன் இணையச் சம்மதிப்பார்? இத்தனைக்கும் ரஷ்யாவுடன் நட்பு கொள்வதால் உக்ரைனுக்கு எந்தப் பெரிய லாபமும் இல்லை என்பது அவருக்குத் தெரியும். தனது சரித்திரம் முழுதும் இந்தப் பக்கம் ஐரோப்பிய யூனியன் தேசங்களுடன் நல்லுறவு கொள்ள விரும்புவது போலவே காட்டிக்கொண்டு, இன்னொரு பக்கம் அதெல்லாம் சும்மா; நான் எப்போதும் ரஷ்ய ஆதரவாளன் என்று புதினுக்கு ஜே போட்டுக்கொண்டிருந்தவர்.

இரட்டை நிலைபாடு கொண்ட நூறு சத சுயநல அரசியல்வாதியா, ரெண்டுங்கெட்டான் என்கிற வரையறைக்குள் வைத்துவிட வேண்டியவர்தானா என்று எளிதில் முடிவு செய்துவிட முடியாத மனிதர் அவர். உண்மையில் உக்ரைனின் இன்றைய அனைத்து அவலங்களும் யனுகோவிச் ஆட்சிக் காலத்தில் விதைக்கப்பட்டவற்றின் தொடர்ச்சிதான்.

இந்த மனிதரை முதலில் சரியாகப் புரிந்துகொண்டால் தான் இன்றைய பிரச்னையின் முழுப் பரிமாணமும் புரிய ஆரம்பிக்கும்.

5. முதல் அதிரடி

விக்டர் யனுகோவிச் உக்ரைனின் கிழக்கு எல்லைப் பிராந்தியமான தோனஸ்கில் *(Donetsk Oblast)* 1950ம் ஆண்டு பிறந்த போது உக்ரைன் ஒரு தனி நாடு இல்லை. சோவியத் உக்ரைன் என்கிற அடைமொழியுடன் சோவியத் யூனியனின் உறுப்புப் பிராந்தியமாக இருந்தது. யனுகோவிச், சிறு வயதில் இருந்தே தன்னை ஒரு ரஷ்யக் குடிமகனாகக் கருதி வளர்ந்தவர். அப்படிக் கருதிய நேரம் போக எஞ்சிய பொழுதில் பேட்டையில் ஒரு தேர்ந்த தாதாவாகவும் உருவாகி வந்தார். ஒன்றிரண்டு சமயங்களில் தடாலடிச் சம்பவங்கள் செய்தமைக்காகச் சிறைத் தண்டனையும் பெற்றிருக்கிறார்.

யனுகோவிச்சின் தந்தை ஒரு இரும்புப் பட்டறைத் தொழிலாளி. அவரது தாயார் ஒரு மருத்துவமனையில் நர்ஸாக வேலை பார்த்துக்கொண்டிருந்தார். கஷ்ட ஜீவனமே என்றாலும் பிள்ளையை அவர்கள் நல்ல பள்ளிக்கூடத்தில் சேர்த்துப் படிக்க வைத்தார்கள். அப்போது அவர் நன்றாகப் படித்தாரா என்று தெரியவில்லை. ஒரு நிலக்கரித் தொழிற்சாலையில்

சிறிது காலம் பணியாற்றினார். தொழிற்சங்க நடவடிக்கை எல்லாம் அவருக்கு அத்துப்படி. திடீரென்று பிற்காலத்தில் (என்றால் 2000வது ஆண்டு) பொருளாதார டாக்டர் பட்டம் எல்லாம் பெற்றார்.

எப்போதும் ரஷ்ய ஆதரவு என்னும் நிலைபாடு கொண்டவர் ஆதலால் தொடக்கம் முதலே அவருக்கு ரஷ்ய அரசாங்கத்தின் ஆசீர்வாதம் இருந்தது. அதனால்தான் தனது அரசியல் பிரவேசத்தை ஒரு ஆளுநர் பதவியில் இருந்து அவரால் ஆரம்பிக்க முடிந்தது. அதே தோனஸ்க் பிராந்தியத்துக்கு ஆளுநர். கவனியுங்கள். இரண்டாயிரமாவது ஆண்டில் எல்லாம் உக்ரைன் தனி நாடு. 1991ல் சோவியத் சிதறியதில் இருந்தே தனி நாடு. இருந்தாலும் உக்ரைனின் கிழக்கு எல்லைப் பகுதிகள் அனைத்துமே ரஷ்யாவின் கட்டுப்பாட்டில்தான் இருந்தன. பேருக்கு உக்ரைன் மாகாணம். ஆனால் அங்கே அரசியலைத் தீர்மானிப்பதெல்லாம் ரஷ்யா.

பகையின் வேர் புரிகிறதா? உக்ரைன் தனி நாடாகப் போன பின்பும் ரஷ்யாவால் அதை முற்றிலும் கைவிட முடியவில்லை. இதற்குப் பல காரணங்கள் உண்டு. அணு உலைகள் ஒரு காரணம். 'ஐரோப்பாவின் எல்லைத் தேசமாக' உக்ரைன் ஒரு போதும் விளங்கக் கூடாது என்கிற பதற்றம் ஒரு காரணம். உக்ரைனின் நில வளம் ஒரு காரணம். மனித வளம் ஒரு காரணம். சொல்லிக்கொண்டே போகலாம். உக்ரைன் தனக்கே சொந்தமாக இருக்க வேண்டும் என்று ரஷ்யா நினைப்பதற்கு ஆகக் குறைந்த பட்சம் நூறு காரணங்களைப் பட்டியலிட முடியும். இதற்கு உதவக்கூடிய - ரஷ்ய ஆதரவு உக்ரைனிய அரசியல்வாதிகள் எம்மட்டத்தில் தென்பட்டாலும் உடனே வளைத்துப் போடுவதை ஒரு சமூகக்

கடமையாகவே ரஷ்யா கருதியது. உக்ரைனின் கிழக்கு எல்லைப்புற மாகாணங்களை அதனாலேயே தனது வளர்ப்பு நாய்க்குட்டிகளைப் போல ரஷ்யா பராமரித்து வந்தது. பொறை கேட்டால் பொறை. கறி கேட்டால் கறி. பிஸ்கட் கேட்டால் பிஸ்கட். நீ போராடுகிறாயா? நான் பின்னால் நிற்கிறேன். உனக்கு ஆயுதம் வேண்டுமா? நான் அள்ளித் தருவேன். உனக்குப் பணம் வேண்டுமா? பெட்டியில் அல்ல; டாங்கர் லாரிகளில் அனுப்புகிறேன்.

ஒவ்வொரு தேசத்திலும் அதன் வடக்கு மற்றும் கிழக்கு எல்லை மாகாணங்கள் சிக்கலுக்குரியதாகவே இருப்பதைக் கவனியுங்கள். நம்முடைய அருணாசல பிரதேசத்தின் மீது சைனாவுக்கு உள்ள கண்ணும், அது திருட்டுத்தனமாக அவ்வப்போது எடுத்து வைக்கும் காலும் நமக்குத் தெரியும். பாகிஸ்தானுக்கு வட கிழக்கு எல்லை என்றால் காஷ்மீர். விவரிக்கவே வேண்டாம். இலங்கையில் எங்கே பிரச்னை வந்தது? வடக்கிலும் கிழக்கிலும். ஆப்கனிஸ்தானில் தாலிபன் நீங்கலாகப் பிற அனைத்து இயக்கங்களும் கிழக்குப் பகுதியில் தோன்றியவை. பொழுது போகாத நேரம் அமையும்போது உலக வரைபடத்தை எடுத்து வைத்துக்கொண்டு ஒவ்வொரு நாட்டின் வடக்கு மற்றும் கிழக்குப் பிராந்தியங்களைப் பாருங்கள். பிறகு அதன் சரித்திரத்தைத் தேடிப் படித்தால், ஒன்று அண்டை நாட்டு விவகாரம் பெரிதாக இருக்கும். அல்லது உள்நாட்டுப் போராளிகளின் உற்பத்திக் கேந்திரமாக அது இருக்கும். எல்லா எல்லைகளுமே ஏதாவது ஒரு சிக்கலைத் தன்னிடம் வைத்திருக்கும் என்றாலும் தேச எல்லைகளுக்கு வாஸ்து பார்த்தால் கிழக்கு மற்றும் வட கிழக்கு மூலை, விவகாரம் பிடித்ததாகத்தான் இருக்கும். சரித்திரத்தில், ஒரு முறையாவது அங்கே கலவரம் மூண்டிருக்கும்.

இருக்கட்டும். நாம் யனுகோவிச்சைக் கவனித்துக்கொண்டிருந்தோம். ஆளுநராகத் தனது அரசியல் வாழ்வைத் தொடங்கிய மனிதர் இரண்டே ஆண்டுகளில் உக்ரைனின் பிரதமராக அமர்த்தப்பட்டார். அப்போது உக்ரைன் அதிபராக இருந்தவர், லியோனிட் குச்மா. அவர் யனுகோவிச்சைப் போல நூறு சத ரஷ்ய ஆதரவாளர் என்பதற்கு வலுவான சரித்திர ஆதாரங்கள் ஏதுமில்லை. ஆனால் ரஷ்யாவின் தலையீடு இல்லாமல் இது சாத்தியமில்லை என்பது கிழக்கு ஐரோப்பிய தேசங்களில் அன்றைக்குப் பிறந்த குழந்தைகளுக்குக் கூடத் தெரியும்.

இரண்டு வருடங்கள் யனுகோவிச் உக்ரைனின் பிரதமராக இருந்தார். 2004ல் அதிபர் தேர்தல் வந்தபோது ரஷ்யா அவரை பகிரங்கமாக ஆதரித்து, தேர்தலில் நிறுத்தியது. செலவென்றால் அப்படியொரு செலவு செய்தது. கண்மண் தெரியாத அளவுக்குச் செலவு. ஒரு விஷயம். கிழக்கு உக்ரைனில் யனுகோவிச் செல்வாக்கு மிக்க தலைவர்தான். அதில் சந்தேகமில்லை. ஆனால் அந்தக் குறிப்பிட்ட தோனஸ்க் மாகாணத்தில் மட்டும். அக்கம்பக்கத்து மாகாணங்களில் அவர் பெயர் தெரியும். அவரது தடாலடி அரசியல் தெரியும். அவருடைய ரஷ்யத் தொடர்புகள் தெரியும். ஆனால் அவரை மனப்பூர்வமாக ஆதரிக்க உக்ரைனில் அன்றைக்குப் பெரிய கூட்டம் கிடையாது.

இதனால்தான் 2004 அதிபர் தேர்தலில் அவர் நின்று வென்று பதவி ஏற்கச் சென்றபோது மொத்த தேசமும் கொதித்துக் கொந்தளித்துப் போனது. அது உக்ரைனில் நடந்த வரலாறு காணாத தேர்தல் முறைகேடு. உக்ரைன் என்ன. உலக சரித்திரத்திலேயே அந்தளவு

தகிடுதத்தம் நடந்திருக்க வாய்ப்பில்லை என்கிறார்கள் ஐரோப்பிய அரசியல் விமரிசகர்கள்.

மக்கள் துடித்துப் போனார்கள். யனுகோவிச்சின் சொந்த மாகாணம் தவிர மொத்த தேசமும் திரண்டு எழுந்து தேர்தல் முறைகேடுகளுக்கு எதிராகப் போராட்டத்தை முன்னெடுத்தது (இதனை ஆரஞ்சுப் புரட்சி என்பார்கள்.) எங்கும் ஊர்வலம். எல்லா நகரங்களிலும் கடையடைப்பு. அலுவலகங்கள் செயல்படவில்லை. வர்த்தகம் நின்றது. மூலைக்கு மூலை மேடை போட்டுப் பேசினார்கள். தேர்தல் கமிஷன் பாரபட்சமாக நடந்துகொண்டதாகக் குற்றம் சாட்டினார்கள். நடந்த தேர்தல் செல்லாது என்று அறிவிக்கும் வரை போராட்டம் ஓயப் போவதில்லை என்று எதிர்க்கட்சிகளும் வரிந்து கட்டிக்கொண்டு களத்தில் இறங்க, சமாளிக்கவே முடியாத சூழ்நிலை உருவாகிப் போனது.

வேறு வழியின்றி தேர்தல் கமிஷன் மறு வாக்கு எண்ணிக்கைக்கு ஒப்புக்கொண்டது. இம்முறை எண்ணப்பட்ட வாக்குகளின் அடிப்படையில் யனுகோவிச் தோற்றுப் போனதாக அறிவிக்கப் பட்டார்.

என்றால், அது ரஷ்யாவின் தோல்வி.

விக்டர் யுஷெங்கோ என்கிற முன்னாள் பிரதமர் யனுகோவிச்சுக்கு எதிராக அந்த ஆண்டு அதிபர் தேர்தலில் நின்றிருந்தார். அவர் வெற்றி பெற்றதாக அறிவிக்கப்பட்டது. யுஷெங்கோ, ரஷ்ய ஆதரவாளர் அல்லர் என்பது முக்கியமல்ல. அவர் தீவிரமான ஐரோப்பிய விசுவாசி. உக்ரைனை எப்படியாவது ஐரோப்பிய யூனியன் தேசங்களுள் ஒன்றாக உட்கார வைத்துவிட வேண்டும் என்று நினைத்தவர்.

நினைத்ததுடன் மட்டுமல்லாமல் அதை வெளிப் படையாகத் தனது இலக்காகச் சொல்லவும் செய்தார்.

உக்ரைனை ரஷ்யாவின் பிடியில் இருந்து முற்றிலுமாக விடுவிப்பேன். ஐரோப்பிய ஒன்றியத்துடனும் நேட்டோவிலும் இணைத்தே தீருவேன்.

இது போதாதா ரஷ்யாவின் பகைமை உணர்வுக்கு? இதற்கு மேலும் உக்ரைனைத் தனி நாடாகச் செயல்பட விடக்கூடாது என்று அப்போது முடிவெடுத்தது ரஷ்யா. அதே பழைய யனுகோவிச்சை அடுத்த அதிபர் தேர்தலில் *(2010)* வெற்றி பெற வைத்தது. இம்முறை புரட்சிக்கெல்லாம் வழியே இல்லை. அறிவியல்பூர்வமான தகிடுதத்தங்கள். யாரும் சட்டையைப் பிடித்து எந்தக் கேள்வியும் கேட்க முடியாதபடிக்குத் துல்லியமான ஆயத்தங்கள். சிக்கலில்லாத தேர்தல். தெளிவான வாக்குப் பதிவு. ஊழல் என்று ஒரு குரல்கூட வர முடியாதபடிக்குப் பார்த்துப் பார்த்து எல்லாம் செய்திருந்தார்கள். எனவே யனுகோவிச் வெற்றி பெற்றார்.

நம் ஊரில் தேர்தலில் ஜெயித்தால் உடனே செத்துப் போன தலைவர்களின் சமாதிக்குச் சென்று பூத்தூவி அஞ்சலி செலுத்துவார்கள். யனுகோவிச், உக்ரைனின் மிக முக்கியமான துறைமுகம் ஒன்றை (கருங்கடல் பகுதியில் உள்ளது) ரஷ்யக் கப்பல் படைக்குக் குத்தகைக்குத் தூக்கிக் கொடுத்து, தனது நன்றியைத் தெரிவித்துக்கொண்டார்.

ஒரு தேசத்தின் துறைமுகத்தை இன்னொரு தேசத்தின் படைக்குக் குத்தகைக்கு விடுவதென்பது ஒரு யுத்தத்தில் தோற்றுச் சரணடைவதினும் அபாயகரமானது. காத்திருக்கும் திமிங்கலங்களுக்குக் கறி விருந்துக்கு ஏற்பாடு செய்வது போன்றது. காரணம்

ஆயிரம் சொல்லலாம். நேற்றைக்கு இலங்கை அரசுகூடத் தனது துறைமுகம் ஒன்றை சைனாவுக்குக் குத்தகைக்குத் தரவில்லையா? கதை கந்தலாகும் தருணத்தில் இதெல்லாம் நடக்கத்தான் செய்யும். ஆயிரம் காரணங்கள் சொல்வார்கள். அதனினும் அதிகமான நியாயங்கள் கற்பிக்கப்படும். நோக்கம் ஒன்றுதான் என்றால், விளைவும் ஒன்றேதான். சர்வ நாசம்.

யனுகோவிச் ஆட்சிக்கு வருவதற்கு முன்னால் உக்ரைன்எப்படியாவதுஐரோப்பியஒன்றியத்துடனும் நேட்டோவுடனும் இணைந்து விட வேண்டும் என்று தீவிரமாகப் போராடிக்கொண்டிருந்தது. இதிலென்ன சிரமம், விருப்பத்தைத் தெரிவித்தால் சேர்த்துக்கொண்டு விடப் போகிறார்கள் என்று தோன்றலாம். அது அப்படியல்ல. ஒப்பீட்டளவில் ஐரோப்பாவின் பெரிய ஏழை தேசம் என்றால், அது உக்ரைன்தான். தொழில் வளர்ச்சி அறவே கிடையாது என்பதால் பெரிய அந்நியச் செலாவணிக் கையிருப்பு கிடையாது. தவிரவும் நிறைய கடன். ஐரோப்பிய யூனியனுடன் இணைந்துவிட்டால் ஏராளமான அந்நிய முதலீடுகள் வரும் என்பது உண்மையே. ஆனால் அப்படி ஒரு இணைப்பு சாத்தியமாவதற்கான அடிப்படைத் தகுதிகள் என்று வரையறுக்கப்பட்டவற்றை அது முதலில் நிறை வேற்றியாக வேண்டும். அது பெரும் செலவுகளை உள்ளடக்கிய அடுக்கடுக்கான பணிகளைக் கொண்டது. ரொம்பக் குடைந்தால் படு பயங்கரப் பொருளாதாரப் படுகுழியில் போய் நிற்போம். வேண்டாம் எளிமையாகப் புரிந்துகொள்ள இப்படிச் சொல்லலாம்:

ஒரு சுதந்தர தேசமான உக்ரைன் ஐரோப்பிய பெரு வர்த்தக நிறுவனங்களின் வழி காட்டுதலின் பேரில்

மட்டுமே அதன் பிறகு எதையும் செய்ய முடியும். எதையும் என்றால், அதன் ஒவ்வொரு அன்றாடமும் கார்ப்பரேட்டுகளால் தீர்மானிக்கப்படும். எதிர்க் கேள்வியே கேட்க முடியாது. தேசம் முற்றிலுமாக அவர்களால் மறு கட்டுமானம் செய்யப்படும். ஆட்சியாளர்கள் பன்னாட்டு கார்ப்பரேட்டுகளின் ஊழியர்களாக மட்டுமே இருக்க முடியும்.

போதுமா? ரஷ்யாவின் ஊழியக்காரராக இருக்க விரும்பிய யனுகோவிச் எப்படி இந்த ஐரோப்பிய மயமாக்குதலுக்கு ஒப்புக்கொள்வார்? யாராவது ஒரு தரப்புக்கு அடிமைப்பட்டுக் கிடப்பதுதான் தலையெழுத்து என்றால் அது ரஷ்யாவுக்கே இருந்து விட்டுப் போகட்டும் என்பது அவர் நிலைபாடு. ரஷ்யாவுக்கு அடிமைப்பட்டால் வாழ்க்கைத் தரம் என்றுமே உயராது. மாறாக, ஐரோப்பிய யூனியனுடன் இணைந்தால் அண்டை தேசங்களைப் போலக் கொஞ்சம் வளரலாம், பணம் பார்க்கலாம், வசதிகளை அனுபவிக்கலாம் என்பது பெரும்பான்மை உக்ரைனியர்களின் விருப்பம். எவ்வளவு காலத்துக்குத்தான் வெறும் விவசாய நாடாக, கோதுமை உற்பத்தியை மட்டுமே நம்பி வாழ்வது?

ஆக, அதிபருக்கு ஐரோப்பிய மயம் ஒத்து வரவில்லை. மக்களுக்கு அதிபர் ஒத்துவரவில்லை. 2013ம் ஆண்டுத் தொடக்கத்தில் யனுகோவிச், ஐரோப்பிய யூனியனுடன் உக்ரைனை இணைப்பது தொடர்பாக அதுவரை நடந்து வந்த அனைத்துப் பேச்சு வார்த்தைகளையும் அடியோடு நிறுத்தினார். ரஷ்யாவுடன் புதிய பொருளாதார உறவுகளை ஏற்படுத்திக் கொள்வதற்கான நடவடிக்கைகளை உக்ரைன் அரசு மேற்கொள்ளும் என்று பகிரங்கமாக அறிவித்தார்.

இது மீண்டும் மக்கள் மத்தியில் கடும் அதிருப்தியை உண்டாக்கியது. அதிபருக்கு எதிராக அவர்கள் திரும்பவும் கலவரங்களில் ஈடுபட ஆரம்பித்தார்கள். போராட்டம். கடையடைப்பு. எதிர்ப்புக் கூட்டங்கள். எதிர்க்கட்சிகள் அனைத்தும் ஒன்று சேர்ந்து அதிபருக்கு எதிராக நாடாளுமன்றத்தில் நம்பிக்கையில்லாத் தீர்மானம் கொண்டு வந்தன. யனுகோவிச் அப்போது பெரும்பான்மை இழந்து, நாட்டை விட்டுத் தப்பியோடும் நிலைமைக்கு ஆளானார். சிக்கினால் மக்கள் சட்னியாக்கிவிடுவார்கள் என்கிற நிலைமை இருந்தது.

அவர் ரஷ்யாவிடம் அடைக்கலம் கேட்டுப் போனதோ, உக்ரைனில் இன்னொரு அதிபர் ஆட்சிக்கு வந்ததோ இங்கு இரண்டாம் பட்சம். இனி உக்ரைன் விஷயத்தில் அரசியல் ரீதியிலான - ராஜதந்திர ரீதியிலான எம்முயற்சிக்கும் அர்த்தமில்லை என்னும் முடிவுக்கு அப்போதுதான் ரஷ்யா வந்தது. இனி அதிரடிதான் என்று தீர்மானித்தார்கள்.

மறு கணமே உக்ரைனின் கிழக்கு எல்லையோர கிரீமியா தன்னாட்சி தீபகற்பத்தின் நாடாளுமன்றக் கட்டடத்துக்குள் ஆயுதக் குழு ஒன்று நுழைந்தது. சிறிய கலாட்டா. பெரிய விளைவு. இன்று முதல் கிரீமியா ரஷ்யாவைச் சேர்ந்தது என்று அறிவிக்கப்பட்டது. கிரீமிய நாடாளுமன்றக் கட்டடத்தின் முகப்பில் ரஷ்ய தேசியக் கொடி பறக்கவிடப்பட்டது.

6. ஆயுதம் கொடுங்கள்!

கிரீமியா என்பது ஒரு பிள்ளையார் சுழி. உக்ரைன் விஷயத்தில் ரஷ்யாவின் நோக்கம் மிகவும் வெளிப்படையானது. கிரீமியாவைப் போலவே மொத்த உக்ரைனும் ரஷ்யாவின் பிடிமானத்தில் சிக்கி இருக்க முடியுமானால் அற்புதம். மறு வாதமே இல்லாமல் உக்ரைன் வளர்ச்சிக்கு அது அள்ளிக் கொடுக்கத் தயாராகிவிடும். தன் இஷ்டத்துக்கு அதிபர், தன் இஷ்டத்துக்கு ஆட்சி, தன் இஷ்டத்துக்கு எல்லாம். பழைய சோவியத் பாணி நிர்வாகத்தில் எந்தப் பிரச்னையும் இராது. தன்னாட்சி அதிகாரம் பெற்ற, ரஷ்யாவின் ஒரு பகுதி என்று சொல்லிக்கொள்ளலாம். மற்றபடி ஐரோப்பிய யூனியன், நேட்டோ கனவுகளையெல்லாம் அது மறந்துவிட வேண்டும்.

ஆனால் இது நடைமுறை சாத்தியமில்லாதது அல்லவா? நவீன உலகில் ஒரு தேசத்தை அப்படிக் கடலை மிட்டாய் போல உருட்டி எடுத்து விழுங்கிவிட முடியாது. எனவே குறைந்தபட்சம் எல்லைப் புறம் முழுதையும் தனது கட்டுப்பாட்டுக்குக் கொண்டு வந்து வைத்துக்கொண்டு, எந்நாளும்

எப்போதும் மிரட்டிக்கொண்டே இருக்கலாம். இப்போது செய்வது போல, அத்துமீறி யுத்தம் புரியலாம். அதில் நிலப்பரப்பைச் சிறிது விழுங்கலாம். வளங்களைச் சுரண்டலாம். வாயிலும் வயிற்றிலும் அடித்துக்கொள்ள வைத்து வேடிக்கை பார்க்கலாம். அனைத்திலும் முக்கியம், யுத்தத்தில் தான் கைப்பற்றும் பிராந்தியங்களில் எவ்வளவு விரைவாக முடியுமோ, அவ்வளவு விரைவாக ரஷ்யக் குடியேற்றங்களை அமைக்கலாம். அதன் மூலம் பிராந்தியத்தில் இனப் பகை வளர்த்துக் குளிருக்கு இதமாகச் சூடு சுவைக்கலாம்.

நான்கு மாதங்களாக உக்ரைன் மண்ணில் நடந்துகொண்டிருக்கும் ரஷ்யப் படையெடுப்பு இன்றைக்குக் கண் மண் தெரியாதபடிக்கு சர்வ நாசத்தை உண்டாக்கி இருக்கிறது. நடுவே ரஷ்யப்படைக்கு ஏற்பட்ட சில சிறிய தடுமாற்றங்கள், பின்வாங்கல்களால் உக்ரைனும் அதனை ஆதரிக்கும் நேட்டோ நாடுகளும் எதிர்பாராத மகிழ்ச்சிக்கு உள்ளாகி, எப்படியும் ரஷ்யப் படைகளை விரட்டிவிடலாம் என்று நம்பிக்கை கொண்டிருந்தன. உக்ரைன் அதிபர் விளாடிமிர் ஸெலன்ஸ்கி உலகத் தலைவர்களிடமும் சர்வ தேசப் பொதுமக்களிடமும் பகிரங்கமாகப் பேசினார். பிரச்னைகளை எடுத்துச் சொன்னார். உதவக் கேட்டார். இன்று வரை அதைத்தான் செய்துகொண்டும் இருக்கிறார் என்றாலும் சென்ற வாரம் வரை அவர் கேட்ட விதத்துக்கும் இப்போது கேட்கும் விதத்துக்கும் நிறைய வித்தியாசங்கள் இருக்கின்றன. சூழ்நிலை அப்படி. நெருங்கி வரும் அபாயம் அப்படி.

‘இருக்கிற ஆயுதங்கள், இதர தளவாடங்கள் போதவே போதாது. இன்னும் வேண்டும் என்பதைவிட,

இன்னும் நவீனமான ஆயுதங்கள் தேவைப்படுகின்றன. இப்போது எங்களுக்கு நீங்கள் அதைச் செய்து உதவத் தவறினால் நாளை நேட்டோவின் உறுப்பு நாடுகள் நேரடியாக ரஷ்யாவுடன் மோத வேண்டிய அபாயத்துக்குத் தள்ளப்படலாம்' என்று கடந்த வாரம் நடைபெற்றதொரு நேட்டோ கூட்டத்தில் சொன்னார்.

இது அச்சுறுத்தல் அல்ல. நிலவரம் அதுதான். ரஷ்யப் படைகள் உக்ரைனின் நான்கு புறங்களில் இருந்தும் முன்னேறிக்கொண்டிருக்கின்றன. விமானத் தாக்குதல்களுக்கு திசை ஒரு பொருட்டல்ல. தலை நகரம் தொடங்கி, சந்து பொந்துகளில் உள்ள குக்கிராமங்கள் வரை எங்கெங்கும் குண்டு வீசிக்கொண்டே இருக்கிறார்கள். தனது சரித்திரத்தில் இதுவரை எத்தனையோ ஆக்கிரமிப்புகளையும் தாக்குதல்களையும் பார்த்துவிட்ட உக்ரைன், இந்தக் குறிப்பிட்ட தாக்குதலின் தீவிரம் இதற்கு முன் வேறெப்போதும் இருந்ததில்லை என்று திட்டவட்டமாகச் சொல்கிறது. சொல்லப்படும் இழப்புகளும் இறப்புகளும் குத்துமதிப்பானவையே. உண்மை நிலவரம் இதுவரை சரியாகக் கணிக்கப்படவில்லை.

இதெல்லாம் நேட்டோவுக்குத் தெரியாதா, ஏன் வேடிக்கை பார்த்துக்கொண்டிருக்கிறார்கள் என்ற கேள்விக்கே இடமில்லை. அமெரிக்கா, இங்கிலாந்து தொடங்கி நேட்டோவின் உறுப்பு தேசங்கள் எது ஒன்று நேரடியாகப் போரில் இறங்கினாலும் மிக நிச்சயமாக அது மூன்றாம் உலக யுத்தத்துக்கு வழி வகுத்துவிடும் என்ற நிலையில், வெளியில் இருந்து ஆதரவு தருவது ஒன்றே அவர்கள் இப்போது செய்யக் கூடியது. உக்ரைனுக்கும் இது தெரியும். ஆனால் தருகிற ஆதரவை இன்னும் தரமாகத் தரலாம் என்கிறார் ஸெலன்ஸ்கி.

இன்றைய நிலவரப்படி, உக்ரைனுக்கு இந்தப் போரில் நேரடியாக உதவி செய்யும் நாடுகள் மொத்தம் பதினைந்து. இதில் அதிகபட்ச உதவி என்பது அமெரிக்காவிடம் இருந்து வருவது. இதுவரை 25 பில்லியன் டாலர் அளவுக்கு உதவி செய்திருக்கிறது. அடுத்தபடியாக பிரிட்டன். இதன் உதவி சுமார் இரண்டரை பில்லியன் டாலர். இருபத்தைந்துக்கும் இரண்டரைக்கும் உள்ள இடைவெளியைப் பாருங்கள். இதர நாடுகளின் உதவியெல்லாம் இந்த இரண்டரைக்கும் கீழே உள்ளதுதான்.

போதாதா என்று தோன்றுமானால், அது தவறு. போர்க்காலத்தில் ஒரு தேசத்துக்கு ஆகக்கூடிய செலவு என்பது சாதாரண காலத்தில் ஆகிற செலவினும் பல மடங்கு கூடுதலாக இருக்கும். உக்ரைன் ராணுவத்துக்கு ஒரு மாதம் ஆகிற செலவு மட்டும் சுமார் ஐந்து பில்லியன் டாலர் என்று ஒரு புள்ளி விவரம் உள்ளது. இது வீரர்களுக்கான சம்பளம் தொடங்கி, சகல வித செலவுகளையும் உள்ளடக்கியது. தவிர, விவசாயம் தவிர வேறெந்தத் தொழிலும் இல்லாத ஒரு தேசம், போர்க்காலத்தில் இறக்குமதி சாத்தியங்களை இழந்து நிற்பதையும் கவனிக்க வேண்டும். எங்கிருந்து என்ன வரும்? போர்க் காரணங்களால் விவசாயமும் இப்போது கிடையாது. சுருக்கமாகச் சொல்வதென்றால் யாராவது உதவினால் மட்டும்தான் உயிர் பிழைத்திருக்க முடியும் என்கிற நிலைமை.

ஆனால், ஸெலன்ஸ்கி சொல்வது, 'உயிரைப் பற்றி இப்போது கவலைப்பட அவசியமில்லை. முதலில் யுத்தத்தைச் சமாளிக்க ஆயுதங்களை அதிகப் படுத்துங்கள்; நவீனப்படுத்துங்கள்!'

யுத்த இலக்கணம் அறிந்தவர்களுக்கு இது தெரியும். ஒரு போர்க்கள வெற்றி என்பது மூன்று காரணிகளால்

தீர்மானிக்கப்படுபவை. முதலாவது, எடுக்க எடுக்க - அழிய அழியக் குறைவற்றுக் கிடைத்துக்கொண்டே இருக்கும் ஆயுதங்கள். (உளவியல் ரீதியில் இது ராணுவ வீரர்களின் தன்னம்பிக்கையை வளர்க்கும் என்பார்கள்.) இரண்டாவது, தரமான போர்த் தளவாடப் பயிற்சிகள். ஆயுதங்கள் இருந்து என்ன பயன்? அவற்றைக் கையாளத் தெரிந்திருக்க வேண்டும் அல்லவா? நவீன ஆயுதங்களை ஒரு நாடு வழங்குகிறது என்றால், கூடவே அந்த ஆயுதங்களைக் கையாளப் பயிற்சி அளிக்கக் கூடிய வல்லுநர் குழுவையும் சேர்த்து அனுப்பி வைக்க வேண்டும். மூன்றாவது காரணி, உதிரி பாகங்கள். ஆயுதங்கள், வாகனங்கள் அனைத்துக்கும் இது பொது. எப்போது எது கழண்டாலும் இன்னொன்றை மாட்டிப் போட்டு ஓடிக்கொண்டே இருக்க வசதி.

இம்மூன்று சௌகரியங்களும் இருக்கும் வரை யுத்தக் களத்தில் தாக்குப்பிடித்துக்கொண்டிருப்பது சுபலம். எதிரி பலவீனமானவனாக இருந்தால் வெல்வதும் எளிது. உக்ரைன் இன்று வரை ரஷ்யப் படைகளைத் தாக்குப் பிடித்துக்கொண்டிருப்பதற்கு இம்மூன்றும் முக்கியக் காரணங்கள். ஆனால் இனியும் அது தொடர வேண்டுமானால் இந்த வசதிகள் போதாது என்று இப்போது உக்ரைன் அதிபர் சொல்கிறார்.

ஏனெனில், ரஷ்யா தன் வசமுள்ள அனைத்து விதமான ஆயுத சௌகரியங்களையும் இப்போது இந்த யுத்தத்தில் இறக்க ஆரம்பித்துவிட்டது. முக்கியமாகத் தொலை தூரம் பறந்து தாக்கும் ராக்கெட்டுகள். இதனைச் சமாளிக்க வேண்டுமானால் உக்ரைனுக்கும் இந்த ரக ராக்கெட்டுகள் கைவசம் இருந்தாக வேண்டும். இருக்கிறதா என்றால் கிடையாது.

அமெரிக்கா, ஜெர்மனி, பிரிட்டன் ஆகிய மூன்று தேசங்களும் மொத்தமாகப் பத்து தொலைதூர ராக்கெட் வகையறாக்களை உக்ரைனுக்குத் தருவதாகச் சொல்லி இருந்தன. அனுப்பிவிட்டதாகவும் சொன்னார்கள். ஆனால் இன்று வரை அவை உக்ரைன் படையின் வசம் சென்று சேர்ந்ததாகத் தெரியவில்லை. இந்த ராக்கெட்டுகள் கிடைக்குமானால் உக்ரைன் ராணுவத்துக்கு அது நிச்சயமாகப் பெரிய பலம் சேர்க்கும். ஒவ்வொன்றும் சுமார் எழுபது கிலோ மீட்டர் தொலைவு பறந்து சென்று தாக்கக் கூடிய ராக்கெட்டுகள் அவை. குறி வைத்து, திசை சரி பார்த்துச் செலுத்துவது ஒன்றுதான் வேலை. மிச்சத்தை முடிப்பது அதன் பாடு. குறிப்பாக, அமெரிக்கா அனுப்பியிருக்கும் *Himar* வகை ராக்கெட்டுகள் ரஷ்யப் படைகளின் வசம் இருக்கும் இந்த ரக ராக்கெட்டுகளைவிடக் கூர்மையாகத் தாக்க வல்லவை என்கிறார்கள், ஆயுத அறிவியல் விற்பன்னர்கள்.

ஆஸ்திரேலியாவும் கனடாவும் நூற்றுக்கும் மேற்பட்ட *Howitzers* ரக பீரங்கிகளை உக்ரைனுக்குத் தந்திருக்கின்றன. (அமெரிக்காவும் தன் பங்குக்கு இந்த ரக பீரங்கிகளை அனுப்பியிருக்கிறது. ஆனால் எவ்வளவு என்று கணக்கு தெரியவில்லை.) தொலைவில் உள்ள இலக்கை நோக்கிக் குண்டு எறியும் பீரங்கி என்று எளிதாக இதனை வகைப்படுத்தலாம். ஆனால் இதன் திறன் இன்னும் சற்று அதிகம். சம தளமான ஒரு களத்தில் குறி பார்த்துச் சுடுவது வேறு. நடுவே மேடு பள்ளங்கள், தடுப்புகள் இருந்தாலும் தகர்த்துக்கொண்டு சென்று இலக்கை அழிப்பது வேறு. இது அம்மாதிரியானது.

மேற்சொன்ன இரண்டு ரகங்கள் தவிரவும் பல தரப்பட்ட ஆயுத உதவிகளை உக்ரைனுக்கு

அதன் தோழமை தேசங்கள் தந்திருக்கின்றன. போதவில்லை என்பதுதான் இப்போதைய பிரச்னை. அமெரிக்கா உள்பட அத்தனை தேசங்களுக்குமே இது தெரியும். இருப்பினும் உக்ரைன் கேட்கும் அதி நவீன ஆயுத உதவிகளைச் செய்ய அவை தயங்கி நிற்கின்றன. காரணமும் உக்ரைன் அதிபர் சொன்னதேதான். ரஷ்யாவைச் சீண்டும் விதமாக அது அமைந்துவிட்டால், நடப்பது உக்ரைன்-ரஷ்யப் போர் என்கிற பிராண்டில் இருந்து நழுவி ரஷ்ய-ஐரோப்பியப் போராக அடையாளம் பெற்றுவிடக் கூடிய அபாயம் அதிகம் உள்ளது. அதுவே இன்னும் சிறிது விரிவு கொள்ளுமானால், முன் சொன்ன மூன்றாம் உலக யுத்தம்தான்.

இப்போதைக்கு பீரங்கி எதிர்ப்பு ஏவுகணைகள், ட்ரோன்கள், போர்த் தளவாட விமானங்கள் போன்றவற்றைத் தருவதில் மேற்கு நாடுகளுக்குச் சிக்கல் இல்லை. ஸெலன்ஸ்கி கேட்கும் பிற அனைத்தையும் தர இன்னும் சிறிது காலம் பிடிக்கலாம் என்று தெரிகிறது.

ஒன்று உறுதி. இப்போதைக்கு இந்த யுத்தம் முடியப் போவதில்லை.

7. வெள்ளி பிஸ்கட்

எண்ணிப் பார்த்தால் புன்னகை செய்வீர்கள். கடந்த ஜனவரி இறுதியில் எல்லாம் மேற்கத்திய ஊடகங்களில் ஒரே பாடல், ஒரே ராகம்தான். உக்ரைன் எல்லையில் ரஷ்யா படைகளைக் குவிக்கிறது. போர் நெருங்கிவிட்டது. உக்ரைனை உலக நாடுகள் காக்கும்; ரஷ்யா சின்னபின்னமாகிப் போகும்.

ஆனால் இன்றைய நிலவரம் என்ன? போர் தொடர்ந்துகொண்டுதான் இருக்கிறது. உக்ரைனுக்கு உலக நாடுகள் பல உதவிகளைச் செய்துகொண்டுதான் இருக்கின்றன என்றாலும் எதுவும் போதாத நிலை. ஏராளமான மேற்கத்திய வர்த்தக நெட் ஒர்க்குகள் ரஷ்யாவில் தங்கள் கடைகளை மூடிக்கொண்டு போயின. இனி அங்கே இண்டர்நெட் இருக்காது, மின்சாரம் இருக்காது, ஒட்டல் இருக்காது, உருளைக் கிழங்கு இருக்காது என்று என்னென்னவோ ஆரூடங்கள். ரஷ்ய நாணயத்தின் மதிப்பு சுக்கு பெறாமல் போய்விடும் என்றார்கள். உண்மையில் வரலாறு காணாத வகையில் இப்போதுதான் ரஷ்யன்

ரூபிள் பீம புஷ்டி ஆகிக்கொண்டிருக்கிறது. உலக நாடுகள்ரஷ்யாவின்மீது விதித்ததடைகளையெல்லாம் ரஷ்யா பிற நாடுகளின் மீது விதிக்கும் தடைகள் விழுங்கி, கபளீகரம் செய்துகொண்டிருக்கின்றன.

நிலவரம் தெரியாமல் புதின் போரைத் தொடங்கிவிட்டார் என்று பேசியவர்கள் இன்று யோசிக்கிறார்கள்.

புதின் ஒரு சிறந்த கணித வல்லுநராகச் செயல் பட்டிருக்கிறார். யுத்தத்தின் ஆரம்பப் பிசிறுகளை மறந்துவிட்டால் அவரது கணக்குகள் சரியாகவே இருப்பது புரியும். எப்படி முடிகிறது இது? அன்றைக்கு ஒரே ஒரு அமெரிக்காவுடன் போட்டி. பனிப்போர். இன்று அமெரிக்கா உள்பட ஏராளமான நாடுகளை எதிரிகளாக வைத்துக்கொண்டு, அநாயாசமாக உக்ரைனை அடித்துக்கொண்டிருக்கிறது ரஷ்யா. எதனால் இது சாத்தியமானது? சோவியத்தின் வீழ்ச்சிக்குப் பிறகு முப்பதாண்டுக் காலம் பேச்சு மூச்சில்லாமல் இருந்த தேசம் சடாரென்று எழுந்து வந்து ஒரு முழு நீள யுத்தத்தை நடத்துகிறது என்றால் இந்த முப்பதாண்டுக் காலம் அங்கே என்ன நடந்திருக்கிறது?

உக்ரையீனாவின் வரலாற்றுச் சோகத்தை முழுதாகப் புரிந்துகொள்வதற்கு ரஷ்யாவைக் குறித்தும் சிறிது தெரிந்திருக்க வேண்டும். மகா பீட்டர், ஜார் மன்னர்கள் என்று ஆரம்பிக்க வேண்டிய அவசிய மில்லை. உக்ரைன் மண்ணில் ஸ்டாலின் நடத்திய படுகொலைகளில் இருந்து தொடங்கினால் போதும்.

அது நடந்தது 1933ம் ஆண்டு. புரட்சியெல்லாம் முடிந்து, லெனின் ஆண்டு முடித்து, ஸ்டாலின் வந்து, எதிரிகளை அழித்துவிட்டுத் தனது நாற்காலியில்

உறுதியாக உட்கார்ந்திருந்த சமயம். ஆனால் நிம்மதியாக உட்கார்ந்தாரா என்றால் கிடையாது. ரஷ்யாவில் அப்போது கடும் உணவுப் பஞ்சம். கவனியுங்கள். ரஷ்யாவில்தான். சோவியத் ரஷ்யாவில் அல்ல. அதாவது, சோவியத் என்கிற குடையில் ஒருங்கிணைந்த பிற தேசங்களில் விவசாயம் இருந்தது. ஏதோ கொஞ்சம் வருமானம் இருந்தது. உயிர் போகும் அளவுக்குப் பிரச்னை இல்லை. ஆனால் ரஷ்ய நிலப்பரப்பில் விவசாயம் முற்றிலுமாக உருக்குலைந்து விட்டிருந்தது. பண்ணை அடிமை முறை, கூட்டுப் பண்ணை விவசாயம் என்றெல்லாம் போக வேண்டாம். எளிய காரணம், உழைப்பவன் உழைத்துக்கொண்டே இருந்தான். சோம்பேறி சோம்பேறியாகவே இருந்தான். ஆனால் எல்லாம் எல்லோருக்கும் பொது. யார் ஒப்புக்கொள்வார்கள்?

பஞ்சத்தின் தொடக்கப் புள்ளி அதுதான். இது வர்க்க மோதலாக வளர்ச்சி பெற்றது. மெல்ல மெல்ல இனக் குழுச் சண்டைகளானது. மிக விரைவில் தீயுருப் பெற்று யார், யாரை எப்போது அடித்துக் கொல்வார் என்றே தெரியாத நிலைக்குப் போனது. வயிற்றுக்குச் சோறிட வேண்டும். அவ்வளவுதான். ஆனால் அதற்குத்தான் வழியில்லாமல் இருந்தது.

ஸ்டாலின் யோசித்தார். ரஷ்யாவில் பஞ்சம். சாப்பாடு இல்லை. அதனாலென்ன? சோவியத் சித்தாந்தமே எல்லாம் எல்லோருக்கும் என்பதுதானே? எனவே அவர் அரசு ஊழியர்களையும் கம்யூனிஸ்ட் கட்சித் தொண்டர்களையும் ஒருங்கிணைத்து ஒரு பெரும் குழுவை உக்ரைனுக்கு அனுப்பினார். அதாவது அப்போது அது சோவியத் உக்ரைன். சோவியத் ரஷ்யாவின் கீழ் இயங்கிய ஒரு தன்னாட்சிப் பிராந்தியம்.

ரஷ்யாவின் பஞ்சத்தைப் போக்க, உக்ரைனில் இருந்து தானியம் கொண்டு வாருங்கள் என்பதுதான் ஸ்டாலின் விதித்த கட்டளை. என்ன தவறு? ஒரே தேசம்தான் என்னும்போது ஓரிடத்தின் விளைபொருள்களை இன்னோர் இடத்துக்குக் கொண்டு சென்று வினியோகிப்பதில் பிழை இல்லையே? அதுவும் பஞ்ச காலத்தில் எதையாவது செய்துதானே தீர வேண்டும்?

சிக்கல் அங்கே தொடங்கியது. அரசியல் ரீதியில் அன்றைய உக்ரைனிய ஆட்சியாளர்களுக்கு 'சோவியத்' அடையாளம் முக்கியமாக இருந்தது. தவிர, அது ஒரு தவிர்க்க முடியாத ஏற்பாடாகவும் இருந்தது. ஏனெனில் 1922ம் ஆண்டு சோவியத் யூனியன் உருவானபோது - அதன் பொருட்டு நிகழ்ந்த பல சிவில் யுத்தங்களில் பெரும்பாலானவை உக்ரைனிய நிலப்பரப்பில் நடந்தவை. உக்ரைனின் தனித்த தேசிய அடையாளத்தை ஏற்றுக்கொண்ட பிறகுதான் ரஷ்யாவால் அதை சோவியத் கூடாரத்துக்குள் கொண்டு வர முடிந்தது. ஒரு தேசம் என்பது ஆட்சியாளர்கள் மட்டுமில்லை அல்லவா? மக்களுக்கும் பங்குண்டு அல்லவா? மக்கள் ஒப்புக்கொள்ள மறுக்கும் ஒன்றை ஆட்சியாளர்கள் எவ்வளவு காலத்துக்குத் திணித்து வைத்திருக்க முடியும்?

அன்றைக்கு உக்ரைன், சோவியத் யூனியனில் இணைந்ததில் உக்ரைனியர்கள் பலருக்கு விருப்ப மில்லை. இது ரஷ்யாவுக்குத் தெரியும். என்றால், ஸ்டாலினுக்குத் தெரியும் என்று பொருள். ஆனால் அதற்கென்ன செய்ய முடியும்? அகன்ற, பரந்த சோவியத் நிலப்பரப்பு உக்ரைன் இன்றி முழுமை அடையாது. ஏனெனில், அதுதான் ரஷ்யாவுக்கு அடுத்த

ஸ்டேஷன். இதர சிறிய தேசங்களை இணைத்துவிட்டு உக்ரைனை இணைக்காமல் விட முடியாது. ஒரு மேம்பாலம் கட்டுகிறார்கள் என்றால், ஒரு மெட்ரோ திட்டம் வருகிறதென்றால், பாதையில் இடறும் சில கடைகள் பலியாவதைப் போலத்தான் இது.

ஸ்டாலின் ஓர் உபாயம் செய்தார். ரஷ்யாவில் இருந்து தேர்ந்தெடுத்த பள்ளி ஆசிரியைகள் (குடும்பத்துடன்), எழுத்தாளர்கள் (தனியே), ஓவியர்கள், இசைக் கலைஞர்கள், மேடைப் பேச்சாளர்களை நிரந்தரமாக உக்ரைனில் குடியேறச் செய்தார். உக்ரைனிய இளைய தலைமுறையினருக்கு அவர்கள் கற்பிப்பார்கள். நல்ல, தரமான கல்வி. இலவசக் கல்வி. அந்தக் கல்வி என்பது 'சோவியத்' என்னும் சித்தாந்தத்தை எளிமையாகப் புரிந்துகொள்ளவும் வகை செய்யும் விதமாக இருக்கும்.

அதாவது, அப்போதைய உக்ரைனியப் பெரியவர்கள் (அல்லது வளர்ந்தவர்கள்) சோவியத் இணைப்பை விரும்பாவிட்டாலும், அடுத்தத் தலைமுறை எதிர்ப்புக் காட்டாது. ஏனெனில் பள்ளி நாள் தொடங்கியே அவர்களுக்கு 'சோவியத்' உணர்வு ஊட்டப்பட்டுவிடும். மனத்தளவில் தங்களை ஒரு சோவியத் குடிமகனாகவே அவர்கள் உணர்வார்கள். மாஸ்கோவையே தங்கள் தலைநகரமாக நினைப்பார்கள்.

நீண்ட நாள் திட்டம்தான். ஆனால் இது சரியாக வேலை செய்யும் என்று ஸ்டாலின் நினைத்தார். 1922-இல் இணைப்புக்குப் பிறகு உடனடியாக நடைமுறைக்கு வந்த இத்திட்டம் பத்தாண்டுகளில் பலன் தராதா? அதையும் பார்த்துவிடலாம்.

1933ம் ஆண்டு ஸ்டாலின் ரஷ்ய அதிகாரிகளையும் கம்யூனிஸ்ட் கட்சியின் முழு நேர ஊழியர்கள் சிலரையும் தேர்ந்தெடுத்து உக்ரைனுக்கு அனுப்பினார். முன் சொன்ன தானிய வேட்டை, காரணம். ரஷ்யாவின் பஞ்சத்தைப் போக்க உக்ரைனிய விளைபொருள்கள் உதவட்டும்.

ஆனால், அவர் எதிர்பார்த்ததற்கு முற்றிலும் மாறாக, உக்ரைனியர்கள் இதனைக் கடுமையாக எதிர்த்தார்கள். இது அநியாயம் அல்லவா? அக்கிரமம் அல்லவா? எவன் அப்பன் வீட்டுச் சொத்தை இவன் அள்ளிப் போவது? இங்கிருப்பவர்கள் பசியில் செத்தால், எடுத்துப் போடவாவது ரஷ்யர்கள் வருவார்களா? எங்கள் உழைப்பைக் கேள்வி முறையே இல்லாமல் உறிஞ்சிக் குடிக்க நினைப்பது என்ன நியாயம்?

ஆனால் யார் கேட்கத் தயாராக இருக்கிறார்கள்? உக்ரைனிய விளைநிலங்கள் அனைத்தும் அரசு வசமாகத் தொடங்கியிருந்தன. தனியார் நிலம் வைத்திருக்கவே முடியாத சூழ்நிலை மிக விரைவில் உண்டாகத் தொடங்கியது. யாராவது இதனை எதிர்த்துக் குரல் கொடுத்தால், உடனே அவர்கள் காணாமல் போய்விடுவார்கள். பிறகு சில நாள்களுக்குப் பிறகு பிணமாகக் கிடைப்பார்கள். புரட்சி, கிளர்ச்சி என்று கூட்டமாக எதையாவது செய்ய நினைத்தால், கண்ட இடத்தில் சுட்டுத் தள்ளியது ரஷ்யப் படை.

பத்து, நூறு, ஆயிரம், பத்தாயிரம், லட்சமெல்லாம் இல்லை. எண்ணவே முடியாத அளவுக்குப் படுகொலைகள் நடந்தன. (சுமார் நாற்பது லட்சம் மரணங்கள் என்று உறுதி செய்யப்படாத கணக்கு இருக்கிறது.) அரசுக்கு எதிராக வாய் திறந்தாலே

ஆபத்து என்ற நிலை உண்டானது. யாரும் எதையும் எழுத முடியாது. பேச முடியாது. பொதுக் கூட்டங்கள் நடத்த முடியாது. ஊர்வலம் செல்ல முடியாது. அவரவர் வீட்டில் உண்ணாவிரதம் வேண்டுமானால் இருந்துகொள்ளலாம். ஆனால் இருக்கும் சாப்பாட்டை ரஷ்யர்கள் எடுத்துச் செல்ல அனுமதித்துவிட வேண்டும்.

ஹிட்லரின் யூதப் படுகொலைகளுக்கு முன்னோடியாக சரித்திரம் நமக்குச் சுட்டிக்காட்டுவது, ஸ்டாலின் காலத்தில் நடைபெற்ற இந்த உக்ரைனியப் படுகொலைகள்தாம். என்னதான் நிலவியல் ரீதியில், கலாசார ரீதியில் இரு தேசங்களும் நெருக்கமானவை என்ற போதிலும் இந்தக் குறிப்பிட்ட பஞ்சம்-பேரழிவுக் காலச் சம்பவங்கள் உக்ரைனியர் மனத்தில் ஆறா ரணமாகிவிட்டது. ஸ்டாலின் கொண்டு வந்து குடி வைத்த ஆசிரியர்களும் எழுத்தாளர்களும் இதர கலைஞர்களும் உக்ரைனிய மாணவர்களிடையே சோவியத் சித்தாந்தத்தை ஒரு மரபணுவாக உள்ளே செலுத்திவிடப் போராடிப் பார்த்தாலும் அந்த அடி மனக் கசப்பு யாருக்கும் தீரவில்லை. ரஷ்யர்கள் என்றால் பகையாளிகள். ரஷ்யர்கள் என்றால் கொள்ளைக்காரர்கள். ரஷ்யர்கள் என்றால் கொலைகாரர்கள். ரஷ்யர்கள் என்றால் ஆக்கிரமிப்பாளர்கள்.

உக்ரைனின் விளைபொருள்கள்தான் முதலில் ஸ்டாலினின் நோக்கமாக இருந்தது. ஆனால் அவர் அனுப்பி வைத்த அதிகாரிகள் தந்த தகவல்களின்படி, உக்ரைன் சோவியத் ரஷ்யாவின் முதன்மையான தொழிற்பேட்டையாக உருவாக முடியும். அதற்கான நில-நீர் வளங்கள் அங்கே இருந்தன. என்ன ஒன்று மக்கள் ஆதரவு கிடையாது. அவ்வளவுதான்.

அதனாலென்ன என்றார் ஸ்டாலின். 1928 முதல் 1933 வரையிலான காலக் கட்டத்தில் உக்ரைனின் பெரும்பாலான (தொண்ணூறு சதவீதத்துக்கும் மேலே.) தனியார் நிலங்கள் அரசுடைமை ஆக்கப்பட்டிருந்தன. கூட்டுப் பண்ணைத் திட்டம் வலுக்கட்டாயமாக விவசாயிகளின் மீது திணிக்கப்பட்டது. இன்னும் மிச்சம் மீதி இருந்த தனி நபர் சொத்துகள் - அதாவது விவசாயிகள் வசம் இருந்த கால் ஏக்கர், அரை ஏக்கர் நிலங்கள் - வலுக்கட்டாயமாகப் பிடுங்கப்பட்டன. அவர்களை ‘முன்னேற்றுவதன் பொருட்டு’ நகர்ப் புறங்களுக்கு, வேறு தொழில் செய்ய அனுப்பி வைத்தார்கள். போக மறுத்தவர்களை ரகசியச் சிறைகளுக்கு அனுப்பிக் கொன்றார்கள்.

அவ்வாறு பறிக்கப்பட்ட விளைநிலங்களில் அரசே பயிர் செய்தது. விளைச்சலை ஏற்றுமதி செய்தார்கள். வருமானத்தை ரஷ்யாவுக்கு அனுப்பினார்கள். அதுவரை ஏழை நாடாக இருந்த உக்ரைன், பிச்சைக்காரப் பிரதேசமாகத் தொடங்கியது அப்போதுதான். ஆனால் ஸ்டாலினின் முதலாவது ஐந்தாண்டுத் திட்டம் மாபெரும் வெற்றி.

மொத்த உலகமும் ‘ஸ்டாலின் மாடல்’ அரசாங்கத்தை வியந்து பார்க்கத் தொடங்கியது. ஏனெனில், உள்ளே நடந்துகொண்டிருந்த உண்மைச் சம்பவங்கள் எதுவும் வெளி உலகுக்குத் தெரியப்படுத்தப்படவில்லை. மாறாக, கம்யூனிசம் ஆளத் தொடங்கியதும் வால்கா ஒரு பாலாறல்ல; பாற்கடலாகவே ஆகிவிட்டதாகப் பேசத் தொடங்கினார்கள். உண்மையில், சோவியத் ரஷ்யாவின் பொருளாதாரம் பாதாளத்தை நோக்கி விரைந்துகொண்டிருந்த சமயம் அது. 1928, 29, 30 ஆகிய மூன்று ஆண்டுகளில் மட்டும் சோவியத்

ஸ்டேட் வங்கி 1556 மில்லியன் ரூபிள்களை அச்சடித்து சுற்றுக்கு விட்டது. இது, அன்றைய நியாயமான தேவையைக் காட்டிலும் மிக அதிகம். குறைந்தது முன்னூறு மில்லியன் ரூபிள்கள் அதிகம்.

பொருளாதாரம் பாதாளத்தில் போய்க் கொண்டிருக்கும்போது பணப் புழக்கம் அதிகரித்தால் அதன் பெயர் என்ன? போதாக் குறைக்கு வெள்ளி நாணயங்களையும் சேர்த்து வெளியிட்டது வங்கி. கிடைத்த வரை லாபம் என்று மக்கள் அந்த நாணயங்களை வாங்கி உருக்கி பிஸ்கட்டுகளாகச் செய்து வைத்துக்கொள்ளத் தொடங்கினார்கள். நாணயத்தை எப்போது வேண்டுமானாலும் செல்லாக் காசாக அரசு அறிவித்துவிடலாம். ஆனால் வெள்ளி பிஸ்கட் விலை போகுமல்லவா? அதற்காக.

ஸ்டாலின் அந்நியச் செலாவணிக்காகப் போராடிக் கொண்டிருந்தார். விளைந்த அனைத்தையும் ஏற்றுமதி செய்த வேகம் அதைத்தான் சுட்டிக் காட்டியது அன்றைக்கு. உள்ளூர் மக்கள் பஞ்சத்திலும் பட்டினியிலும் இறந்துகொண்டிருக்கும்போது அந்நியச் செலாவணியை அதிகரித்து யாரைக் காப்பாற்றப் போகிறது அரசு?

எல்லோருக்கும் இந்தக் கேள்வி இருந்தது. ஆனால் யாரும் கேட்கவில்லை. கேட்டவர்கள் உடனடியாகக் காணாமல் போனார்கள். பிறகு கொலையானார்கள். கிராமப்புற மக்களின் வாழ்க்கைத் தரம் உயர ஏதாவது வழி செய்தால்தான் தேசம் தப்பிக்கும்; உற்பத்தி உள்ளூரில் வினியோகிக்கப்பட வேண்டும்; ஏற்றுமதியைக் குறைத்துத்தான் தீர வேண்டும் என்று பொருளாதார வல்லுநர்கள் எடுத்துச் சொல்லிப் பார்த்தார்கள். ஸ்டாலின் கேட்கவில்லை.

அவரது நடவடிக்கைகளால் மொத்த சோவியத் யூனியனும் தத்தளிக்கத்தான் செய்தது என்றாலும் உக்ரைன்அடைந்தபாதிப்புகள்இதரபிராந்தியங்களின் பாதிப்பைக் காட்டிலும் அதிகம். கவனியுங்கள். சோவியத்தில் இருந்த இதர தேசங்கள் இன்று ஓரளவு நன்றாகவே முன்னேறி, தன்னிறைவு கொண்டு வாழ்கின்றன. உக்ரைன் மட்டும் ஐரோப்பாவின் பெரிய ஏழை நாடு என்ற பெயருடனேயே இன்றும் இருக்கிறது.

என்றால், அன்று வாங்கிய அடி அப்படிப்பட்டது என்று பொருள்.

8. பற்றி எரியும் நிலம்

அந்த இடத்தின் பெயர் ஸூமி (*Sumy*). உக்ரைனின் வட கிழக்கு எல்லையோர மாகாணத்தின் தலைநகரம். மாகாணத்தின் பெயரும் ஸூமிதான். பெரிய நகரம். ஓரளவு வசதியான நகரமும்கூட. நூற்று நாற்பத்தைந்து சதுர கிலோ மீட்டர் பரப்பளவுக்கு அதிகபட்சம் இரண்டரை லட்சம் ஜனத்தொகைதான் என்றால் புரியும் அல்லவா? நீர் வரத்து குன்றாத ஸெல் நதி பாய்கிற பிரதேசம் என்பதால் விளைச்சல் பிரமாதமாக இருக்கும். உலக கோதுமை உற்பத்தியில் பத்து சதமானம் உக்ரைனில் இருந்து கிடைப்பதுதான் என்றொரு கணக்கு இருக்கிறது. கோதுமை தவிரவும் பல தானியங்கள் இங்கே விளைகின்றன. அந்த ஏற்றுமதி வருமானம் ஒன்றுதான் உக்ரைனை இன்று வரை வாழவைத்துக்கொண்டிருப்பது. அதில் ஸ்டாலின் எப்படி மண்ணை அள்ளிப் போட்டார் என்று சென்ற அத்தியாயத்தில் பார்த்தோம். புதின் எப்படி அதையே இன்னும் நவீனமாக்கிச் செய்கிறார் என்று இப்போது பார்க்கலாம்.

ஸூமி. அங்கேதான் தொடங்கினோம் இல்லையா? இருக்கட்டும். ஒப்பீட்டளவில் இதைவிட அதிக விளைச்சல் தருகிற பிராந்தியங்கள் உக்ரைனில் அதிகம். குளிர் காலத்தில் (ஜனவரி) ஸூமியில் மைனஸ் ஆறு டிகிரி வரை போகும். வெயில் உச்சம் என்றால் இருபது டிகிரி. இந்தக் காலநிலைக்கு எவ்வளவு விளையுமோ அவ்வளவு விளையும். ஆனால் இங்கே விவசாயத்தினும் ரசாயனத் தொழிற்சாலைகளே அதிகம்.

போர் தொடங்கிய சூட்டிலேயே (மார்ச் இரண்டாம் வாரம்) ரஷ்யத் துருப்புகள் ஸூமியைத் தின்னத் தொடங்கிவிட்டன என்பதை செய்தித் தாள்களில் பார்த்திருப்பீர்கள். எல்லைப் புற நகரம் என்பதால் எளிய இலக்கு. அதுவல்ல விஷயம். ஸூமியின் பொருளாதார மையமே ரசாயனத் தொழிற்சாலைகள்தாம் என்பது ரஷ்யாவுக்குத் தெரியும். ஆனால் அவற்றின் மீது அவர்கள் கையே வைக்கவில்லை.

மாறாக, அங்குள்ள விளை நிலங்களைக் குறி வைத்து ஷெல் தாக்குதல் நிகழ்த்த ஆரம்பித்தார்கள். அறுவடைக்குக் காத்திருந்த விளைநிலங்கள். அறுவடையாகி ஏற்றுமதி ஆனால் தேசத்துக்கு அந்நியச் செலாவணி கொண்டு வரக்கூடிய பெரும் புதையல். ஸூமியில் ரஷ்யர்கள் குடியிருப்புகளை ஒன்றும் செய்யவில்லை. தொழிற்சாலைகளை விட்டுவிட்டார்கள். மருத்துவமனைகள், கல்விக் கூடங்கள், வழிபாட்டுத் தலங்கள் (ரோமன் கத்தோலிக்க தேவாலயங்கள் மிகுதி.), ராணுவத் தளங்கள் எதையுமே தொடவில்லை. வெறும் வயல்கள். ஆளில்லாத இரவு நேரங்களில் மட்டுமே ரஷ்ய விமானங்கள் ஸூமியின் வயல் பரப்புகளின்

மீது பறந்தன. தாக்குதலுக்கு பயந்து மக்கள் வீடுகளில் பதுங்கிக்கொள்ள, அவர்களோ வீட்டுப் பக்கமே வராமல் விளை நிலங்களை மட்டும் தாக்கி அழித்துவிட்டுப் போனார்கள்.

ஆயிரக் கணக்கான ஏக்கர் நிலப்பரப்பு. அறுவடை ஆனால் அவ்வளவும் காசு. ஆனால் தீப்பற்றிக்கொண்டு ஜோவென்று எரியத் தொடங்கியது. மிரண்டு விட்டார்கள் உக்ரைனியர்கள். இது அத்தேசத்தில் உள்ள அணு உலைகளை அழிப்பதினும் மோசமான விளைவுகளைத் தர வல்லதல்லவா?

ஸூமி ஒரு சிறிய தொடக்கம்தான். *Pervomaiske* -இல் அடுத்தக் கட்ட நடவடிக்கை உடனே ஆரம்பமானது. *Pervomaiske* என்பது கிரீமிய தீபகற்பத்தில் உள்ளது. ஏற்கெனவே ரஷ்யப் படைகள் இங்கே ஆக்கிரமித்து, உக்ரைன் ராணுவத்துடன் சண்டை இட்டுக் கொண்டிருந்ததால் அறுவடைக் காலம் சிறிது தள்ளிப் போயிருந்தது. மக்கள் வீட்டை விட்டு வெளியே வரவே முடியாத சூழ்நிலை. எந்நேரமும் ராணுவ விமானங்கள் பறந்துகொண்டே இருந்தன. எப்போதும் பீரங்கிகள் தடதடத்துக்கொண்டே இருந்தன. ஓயாத குண்டுச் சத்தம். ஒழியாத அவல ஓலம்.

ஆனால் அதுவரை அனைத்துமே ராணுவ இலக்குகளின் மீது மட்டும்தான் நடந்தது. ஸூமியின் வயல் வெளிகளை அழித்ததில் இருந்துதான் ரஷ்யப் படைகளுக்கு அந்த எண்ணமே வந்தது. உக்ரைனின் உற்பத்தி என்பதே விவசாயப் பொருள்கள் மட்டும்தான். அதை அடியோடு அழித்துவிட்டால் சம்பாதிக்கவும் முடியாது; சாப்பிடவும் முடியாது அல்லவா? அடி பணிய வைப்பதற்கு அதைவிட நல்ல வழி வேறு ஏது?

Pervomaiske-இல் அவர்கள் அந்தப் பணியைத் தொடங்கினார்கள். முதல் முதலில் ஏழு ஏக்கர் பரப்பில் விவசாயம் நடந்து, அறுவடைக்குக் காத்திருந்த ஒரு நிலத்தின் மீது ஷெல் தாக்குதல் நடத்தப்பட்டது. இரவு நேரம். குண்டு விழுந்து வெடிக்கும் சத்தம் மட்டும்தான் கேட்டது. சட்டென்று பேரமைதி. கணப் பொழுதில் நிலம் பற்றிக்கொண்டு எரியத் தொடங்கியது. காற்று நன்றாக இருந்ததால் தீ விரைவில் நிலப்பரப்பு முழுதும் பரவிவிட்டது. ஏழு ஏக்கர் பரப்பளவில் தீயைப் பயிரிட்டாற் போலக் கொழுந்து விட்டு எரிந்தது. ஐயோ ஐயோ என்று மக்கள் அலறிக்கொண்டு ஓடத் தொடங்கினார்கள். என்ன நடக்கிறது என்று புரிவதற்குள் இன்னும் பல நூறு வயல்வெளிகளில் குண்டுகள் விழுந்தன. எங்கும் தீ. எல்லா இடங்களிலும் தீ.

இப்போது மக்களுக்கு இரண்டே வாய்ப்புகள்தாம் இருந்தன. ஒன்று, அவர்கள் வீட்டை விட்டு வெளியே வந்து தமது நிலங்களைக் காத்துக்கொள்வதற்காக ரஷ்யப் படைகளுக்கு எதிராகக் களமாட வேண்டும். அல்லது பயிரே போச்சு என்று பார்த்துக்கொண்டு உள்ளே இருந்தபடி கவலைப்படலாம்.

கடந்த மார்ச் மாதம் முதல் ரஷ்யா இந்த விளை நிலங்களை அழிக்கும் பணியில் முழு மூச்சுடன் ஈடுபட்டு வருகிறது. இதன் விளைவு, உக்ரைனின் ஏற்றுமதி முற்றிலும் கெட்டுப் போனது. உலகின் மொத்த உற்பத்தியில் பத்து சதத்தைத் தந்துகொண்டிருந்த தேசம் அப்படியே முடங்கிப் போனால் விலைவாசி ஏறாமல் வேறென்ன ஆகும்?

ரஷ்யா அழிக்கும் விளைநிலங்கள் ஒரு பக்கம் என்றால் உக்ரைனியப் படைகளே வேறு வழியில்லாமல்

தம் சொந்த தேசத்து நிலங்களை பலி கொடுக்கும் நிலைமையும் ஏற்பட்டிருக்கிறது. இது சிறிது சிக்கல் மிக்க விவகாரம். போரின் தொடக்கத்தில் ரஷ்யப் படைகள் உக்ரைனின் கிழக்கு மற்றும் மேற்கு எல்லைகளின் வழியாகத் தாக்கத் தொடங்கின. பிறகு வடக்குப் பக்கமாக வந்தார்கள். இறுதியில் தான் தெற்குத் திசை. இதைச் சரியாகப் புரிந்துகொள்ள வேண்டுமென்றால் உங்கள் வீட்டில் உங்கள் அம்மாவோ, மனைவியோ தோசை சுடும்போது திருப்பிப் போடுவதற்குத் துடுப்பை எங்கிருந்து உள்ளே சொருகி எப்படி எடுக்கிறார்கள் என்று கவனியுங்கள்.

படைகளை உள்ளே அனுப்புவதும் தோசை திருப்புவது போன்றதொரு செயல்தான்.

இன்றைக்கு இங்கே தாக்குதல், அங்கே படைகள் இருக்கின்றன; இந்தப் பக்கம் இன்னும் வரவில்லை என்ற பேச்சுக்கே இடமில்லை. உக்ரைன் முழுதும் இண்டு இடுக்கு மிச்சமில்லாமல் ரஷ்யப் படைகள் நிறைந்திருக்கின்றன. எங்கே வேண்டுமானாலும் அவர்கள் தாக்குதல் நடத்தலாம். எப்பகுதியையும் அழிக்கலாம். எதிர்த்து யுத்தம் செய்துகொண்டிருக்கும் உக்ரைன் ராணுவம் இந்நிமிடம் வரை தற்காப்பு யுத்தமே செய்துகொண்டிருக்கிறது என்பதால் அவர்களால் எகிறித் தாக்க முடியாது. சில இடங்களில் மட்டும் ரஷ்யப் படைகளைப் பின்வாங்க வைக்கிறார்கள். அப்படிப் பின்வாங்கி ஓடும் ரஷ்ய வீரர்கள் தற்காப்புக்காகவும் வயல் வெளிகளைக் கொளுத்திவிட்டுச் செல்வது வழக்கம். தீப்பிடித்துவிட்டால் நெருங்க முடியாது அல்லவா? அதனால் உக்ரைனிய வீரர்களே பயிர்களை வெட்டிக் குவித்துவிட்டுத்தான் துரத்திச் செல்லும்படி ஆகிறது

இதை அறுவடை என்ற கணக்கிலா எடுத்துக்கொள்ள முடியும்?

மேலும் ஒரு சிக்கலும் இதில் உள்ளது. ரஷ்யப் படைகள், சிறிய தாக்குதல்களுக்குப் பெரும்பாலும் க்ளஸ்டர் குண்டுகளைப் பயன்படுத்துகின்றன. ரசாயனக் கழிவுகளைக் கொண்டு பிரத்தியேகமாகச் செய்யப்பட்ட குண்டு வகைகளும் உண்டு. நேரடியாக வயல் வெளிகளில் சண்டை நடக்காவிட்டாலும் இந்த ரகக் குண்டுகளால் நிலம் நாசமடைவது உறுதி. பல தலைமுறைக்கு இனி இங்கே பயிர்த் தொழில் வளராமல் போகும் அபாயம் அதிகம்.

அதையெல்லாம் சிந்தித்துக்கொண்டிருக்கக் கூட உக்ரைனிய விவசாயிகளுக்கு நேரமில்லை. இரவும் பகலும் அவர்கள் குண்டு விழும் இடங்களை நோக்கி ஓடிக்கொண்டே இருக்கிறார்கள். விழுந்து தீப்பற்றிக்கொள்ளும்போது உடனுக்குடன் தண்ணீர் ஊற்றி அணைப்பது பெரும் பணியாக இருக்கிறது. இந்த வேலையில் ஆண்கள், பெண்கள், குழந்தைகள் அனைவருமே ஈடுபடுகிறார்கள். தீ அணைக்கப் போகும்போது தம் தலையில் குண்டு விழுந்தால் என்னாகும் என்று சிந்திக்க வழியில்லை. இருக்கும் வரை வாழ்வதற்கு ஆதாரங்களைச் சேமிப்பதுதான் முதல் பணி. மண்டையைப் போட்ட பிறகு ஆறடி போதுமல்லவா?

கூர்ந்து கவனித்தால், உக்ரைனின் விவசாயக் கட்டமைப்பை ரஷ்யா இப்போது முற்றிலுமாகத் தகர்த்துவிட்டிருப்பது புரியும். என்னதான் குண்டு வீச்சில் இருந்து பயிர்களைக் கொஞ்சம் போலக் காப்பாற்றினாலும் அவற்றை ஓரிடத்தில் இருந்து இன்னோர் இடத்துக்குக் கொண்டு செல்வது எளிதாக

இல்லை. சாலைகள், பாலங்கள், மேம்பாலங்கள், ரயில் தடங்கள் அனைத்தையும் நிர்மூலமாக்கிவிட்டார்கள்.

கடந்த வாரம் ஜிஸில்யா என்ற கிராமத்தில் ஒரு தானியக் கிடங்கை ரஷ்யப் படைகள் தாக்கி அழித்தன. முப்பதாயிரம் டன் தானியத்தைச் சேமித்து வைக்கக் கூடிய பிரம்மாண்டமான கிடங்கு அது. இப்போது அங்கே முப்பதாயிரம் டன் சாம்பல் உள்ளது. ஒன்றுமே செய்ய முடியாது. எடுத்து அப்புறப்படுத்தக்கூட வழியில்லாமல் போய்விட்டது.

ஜிஸில்யாவில் செய்ததையே அவர்கள் உக்ரைன் முழுதும் செய்கிறார்கள். அறுவடை நிலங்கள் என்றால் குண்டு போட்டு எரிப்பது. தானியக் கிடங்கு என்றால் பீரங்கிகள் கொண்டு தகர்ப்பது.

'நாங்கள் மொத்த உலகத்துக்கும் கோதுமை கொடுத்துக்கொண்டிருந்தோம். இன்று எங்கள் வீடுகளில் ரொட்டி இல்லாமல் போய்விட்டது' என்று செய்தியாளர்களிடம் கதறுகிறார்கள் உக்ரைன் விவசாயிகள்.

ஸ்டாலின் ஆனாலும் சரி. புதின் ஆனாலும் சரி. உக்ரைனை அழிப்பது என்பது அவர்களைப் பொறுத்தவரை விளைச்சலை அழிப்பதுதான்.

௯. வாயைத் திறக்காதே

நவீன உலகில், ஒரு நாடு இன்னொரு நாட்டின் மீது படையெடுப்பது என்பது கிட்டத்தட்ட தற்கொலைக்குச் சமம். இரண்டு உலகப் போர்களையும் ஏராளமான இதர போர்களையும் கண்டு களித்துவிட்ட பிறகு சற்றே புத்தி சுவாதீனம் அடைந்த மேற்கு தேசங்கள் பிராந்தியத்துக்குப் பிராந்தியம், துறைக்குத் துறை, தேவைக்குத் தேவை சில பாதுகாப்பு ஏற்பாடுகளைச் செய்து வைத்துக் கொண்டிருக்கின்றன. கூட்டமைப்பு, ஒப்பந்தம், உடன்படிக்கை என்று பல விதமாக அவை அழைக்கப் பட்டாலும் நோக்கம் ஒன்றுதான். எனக்கு ஒரு கஷ்டம் வந்தால் நீ உதவ வேண்டும். உனக்குக் கேடு வரும்போது நான் உடன் இருப்பேன்.

இது பாதுகாப்புத் துறை, ராணுவம் சம்பந்தப்பட்ட இனங்களில் மட்டும் நடப்பதல்ல. வர்த்தக விவகாரங்களில் ஒப்பந்தங்கள் இருக்கும். ஏற்றுமதி-இறக்குமதி சார்ந்த புரிதல்கள் இருக்கும். உளவுத் துறை சார்ந்த உடன்படிக்கைகள் இருக்கும். இன்னதுதான் என்று வரையறுக்கவே முடியாது. நமது கணினிகளில்

உள்ள *filevault, firewall* போன்ற பாதுகாப்பு ஏற்பாடுகள் தேசங்களுக்கு மத்தியில் நிறையவே உண்டு. அவற்றை ஒரு தேசம் மீறும்போது மற்ற தேசங்கள் அதன் மீது நடவடிக்கை எடுக்கும். தடைகள் அறிவிக்கும். ஒருங்கிணைந்து போரே தொடங்கும்.

ஆப்கன் மீது அமெரிக்கா போர் தொடுத்தபோது அதற்கு உதவிக்கு வந்த நாடுகள் எவ்வளவு என்று எண்ணிப் பாருங்கள். ஒன்று நீ என் பக்கம்; இல்லையேல் எதிரியின் பக்கம் என்று அமெரிக்கா அன்றைக்கு மிரட்டல் விடுத்ததைப் போல இதர தேசங்கள் செய்யாதுதான். ஆனாலும் ஒரு அவசர ஆத்திரமென்றால் கூட்டணியில் உள்ள தேசங்கள் நிச்சயமாக உதவிக்கு வரும்.

உக்ரைனைப் பொறுத்தவரை அது அனைத்து ஐரோப்பிய தேசங்களுக்கும் பிடித்தமான செல்லக் குழந்தை என்பது ரஷ்யாவுக்குத் தெரியும். தவிரவும் அது அமெரிக்காவின் தோழமை தேசம். உக்ரைன் மீது படையெடுத்தால் மொத்த மேற்குலத்தையும் பகைத்துக்கொள்ளும்படி ஆகும் என்று ரஷ்யாவுக்குத் தெரியாதா?

என்றால், தெரியும். இருந்தாலும் பரவாயில்லை என்று அடித்து ஆடத் தொடங்கியிருக்கிறது என்றால் ‘எனக்கு எவன் தயவும் தேவையில்லை’ என்ற தன்னிறைவு வட்டத்துக்குள் அது பாதுகாப்பாக உள்ளது என்று பொருள்.

1991ம் ஆண்டு சோவியத் யூனியன் என்னும் அமைப்பு உடைந்தது. அனைத்து சிறு பிராந்தியங்களும் சோவியத் கூட்டமைப்பில் இருந்து விலகி தனித்தனி தேசங்கள் ஆயின. ரஷ்யா, உலகின் மாபெரும் ஏழை தேசமாக மறு அறிமுகப்படுத்தப்பட்டது.

பஞ்சம். பசி. பேரழிவு. ஏராளமான பசி மரணங்கள். வேலை வாய்ப்பின்மை. தொழில் வளர்ச்சி இன்மை. விவசாயம் இறந்தது. அந்நியச் செலாவணி கிடையாது. ஏற்றுமதி படுத்துவிட்டது. இன்னும் என்ன? என்னெல்லாம் உண்டோ எல்லாமே. சோவியத் ஒரு சொர்க்கபுரி என்று உலகுக்கு அவர்கள் காட்டிக்கொண்டிருந்த சினிமாஸ்கோப் படத்தை அவர்களே நிறுத்திவிட்டு, ஏழை படும் பாட்டைப் பார்க்கச் சொன்னார்கள்.

எண்ணி முப்பது ஆண்டுகளில் எப்படி அத்தேசம் இப்படியொரு ராட்சத பலம் பெற்றது? அமெரிக்கா உள்பட உலகில் யார் எதிர்த்தாலும் - எல்லோரும் சேர்ந்தே எதிர்த்தாலும் ஒண்டியாளாக நிற்பேன் என்று சொல்ல முடிந்தது? இதனைப் புரிந்துகொள்வது மிகவும் அவசியம்.

அதிபர் தேர்தல் என்ற ஒன்று ரஷ்ய வரலாற்றில் முதல் முதலில் 1991ம் ஆண்டுதான் நடந்தது. அதற்கு முன் ஜார் மன்னர்கள் காலத்தில் இருந்தது போல எல்லாம் வாரிசு நியமனங்கள்தாம். லெனினுக்குப் பிறகு ஸ்டாலின். ஸ்டாலினுக்குப் பிறகு குருசேவ். அவருக்குப் பிறகு பிரஷ்னேவ். கடைசியாக 1985-இல் கோர்பசேவ்.

இந்தக் கடைசி பிரகஸ்பதி தனக்கு முன்பு இருந்த கம்யூனிஸ்டுத் தலைவர்களைப் போல அல்லாமல் சிறிது ஜனநாயக மனப்பான்மை கொண்டவர் என்பதால் ஆட்சியில் வெளிப்படைத்தன்மை, பொருளாதார மறு கட்டமைப்பு என்று ரஷ்யாவுக்குப் பொருந்தாத சில காரியங்களைச் செய்யப் பார்த்தார். விளைவு, எங்கெங்கு பார்க்கினும் பிரிவினைவாதக் குழுக்கள் தோன்றத் தொடங்கிவிட்டன. இந்த அரசு

சரியில்லை. இந்த அதிபர் உருப்பட மாட்டார். இவரை நீக்கியே தீர வேண்டும்.

1991க்கு முன்பு ரஷ்யா என்பது (சோவியத் என்பதாகப் புரிந்துகொள்ள வேண்டும்.) உலகின் இரண்டாவது பெரும் பணக்கார தேசம். ஆனால் கோர்ப்பசேவின் பெரஸ்டிரோய்க்கா நடைமுறைக்கு வந்த பிறகு எல்லாம் தடதடவென அதல பாதாளத்துக்குச் சரிய ஆரம்பித்தன. கட்டி வைத்த குட்டி தேசங்கள் அவிழ்த்துக்கொண்டு போயின. அதாவது ரஷ்யாவைப் பணக்கார தேசமாகக் காட்டிக்கொண்டிருந்த பகுதிகள் தனித்தனியே போய்விட்டன. வளங்கள் பிரிந்தன. விவசாயம் பிரிந்தது. உற்பத்தி பிரிந்தது. ஏற்றுமதி பிரிந்தது. மீதம் இருந்ததெல்லாம் ஏழைமை. பசி. பட்டினி. பஞ்சம். வறுமை.

அந்தச் சூழ்நிலையில்தான் 1991ம் ஆண்டு போரிஸ் யெல்ஸின் தேர்தல் மூலம் ஜனாதிபதி ஆனார். வேறு வழியின்றி தேசத்துக்குள் தனியார் தொழில் செய்ய அனுமதிக்கப்பட்டார்கள். தனியார், விவசாய நிலங்கள் வாங்கலாம், விவசாயம் பார்க்கலாம் என்று சட்டம் மாற்றப்பட்டது. வெளி நாட்டு நிறுவனங்கள் முதல் முறையாக ரஷ்ய மண்ணுக்குள் காலெடுத்து வைத்தன. மறுபுறம் அமெரிக்கா போன்ற பணக்கார தேசங்களும் சர்வதேச நாணய நிதியம் போன்ற பணம் தரும் அமைப்புகளும் ஏராளமான கட்டுப்பாடுகள், நிபந்தனைகள் விதித்து, ரஷ்யாவை மிரட்டி ஒரு பொம்மை போல உட்கார வைக்கப் பார்த்தன.

உதவி தேவைப்படும்போது சொல்வதைக் கேட்டுக் கொள்ள வேண்டியது அவசியமாகிவிடுகிறதல்லவா? ஆயினும் தொண்ணூறுகளின் முதல் பாதி முழுதும் ரஷ்யா கடுமையான பஞ்சத்தில்தான் வாழ்ந்தது.

மொத்த உள்நாட்டு உற்பத்தியில் சரி பாதி சரிந்து போனது. பிறகு எதை ஏற்றுமதி செய்ய, எங்கிருந்து அந்நியச் செலாவணி வர?

இதில் நடந்த இன்னொரு பெரும் சோகம்தான் முக்கியமானது. தனியாருக்குத் திறந்துவிட்டதைத் தொடர்ந்து ரஷ்யாவில் அந்த ஐந்து வருடங்களில் ஏராளமான தனி நபர் பெரும் பணக்காரரர்கள் உருவானார்கள். வர்த்தகம் தெரிந்த அவர்கள், குறுகிய காலத்தில் பில்லியன் கணக்கில் சம்பாதித்து, கவனமாகத் தமது சம்பாத்தியத்தை வெளிநாடுகளில் முதலீடு செய்தார்கள். ஏனென்றால், அரசின் மீது இருந்த அவநம்பிக்கை. மீண்டும் எப்போது வேண்டுமானாலும் பழைய குருடி கதவைத் திறந்துவிடுவாள் என்கிற அச்சம். மீண்டும் கம்யூனிசம், மீண்டும் கூட்டுப் பண்ணை, மீண்டும் அரசு மயம் என்று ஆகிவிட்டால் சம்பாதித்ததெல்லாம் போய்விடுமே? அந்தக் கவலை.

நாலாபுறங்களில் இருந்தும் அடி. எட்டுத் திசைகளில் இருந்தும் தாக்குதல். ஒரு புறம் போராளிக் குழுக்களும் பிரிவினைவாத இயக்கங்களும் தேசமெங்கும் தாக்குதல் நடத்திக்கொண்டிருந்தார்கள். ராணுவத்துக்கு அவர்களைச் சமாளிப்பதே பெரும்பாடாக இருந்தது. மறுபுறம் உற்பத்தி அனைத்தும் உற்பத்தியாகும் வேகத்திலேயே மாயமாகிக்கொண்டிருந்தன. பதுக்கல்கள். கள்ளச் சந்தை வியாபாரம் பெருகியது. அரசு அதைக் கவனிக்க வேண்டியிருந்தது. இந்த இடை வெளியில்தான் ரஷ்யப் பணக்காரரர்கள், சுருட்டியதை மூட்டை கட்டிக்கொண்டு வெளிநாடுகளுக்குப் பறந்துகொண்டிருந்தார்கள்.

உண்மையில் போரிஸ் யெல்ஸினைப் போல ஒரு பாவப்பட்ட அதிபரை ரஷ்யா பார்த்ததில்லை.

பதவியில் இருந்த காலம் முழுதும் தலைவலிகளுடனேயே குடும்பம் நடத்திவிட்டு, ஒரு வழியாக 1999ல் போய்ச் சேர்ந்தார். பிறகுதான் புதின் வந்தார்.

மேற்சொன்ன கணக்குப் படி பார்த்தீர்களானால் 1999 வரையிலுமேகூட ரஷ்யா ஒரு ஏழை தேசம்தான். பெரிய பொருளாதார பலம் கிடையாது. இயற்கை வளங்கள் இருந்தாலும் அதைக் காசாக்க முடியாமல் கஷ்டப்பட்டுக்கொண்டிருந்தது. கடந்த இருபதாண்டுக் காலத்தில்தான் அத்தேசம் சிலிர்த்துக்கொண்டு எழுந்திருக்கிறது. அதனாலேயே விளாதிமிர் புதின் பொருட்படுத்த வேண்டிய நபர் ஆகிவிடுகிறார்.

ரஷ்யாவின் மிகப் பெரிய பலம் என்பது அதன் எண்ணெய் வளம். இயற்கை எரிவாயு வளம். உலக அளவில் இவற்றின் ஏற்றுமதியில் அத்தேசம் முதல் இரண்டு இடங்களுக்குள் மாறி மாறி வந்துவிடும். ஐரோப்பிய தேசங்களின் முதன்மை எண்ணெய் மார்க்கெட் என்பது ரஷ்யாதான்.

ஒவ்வொரு நாளும் 10.5 மில்லியன் பேரல்கள் எண்ணெய் உற்பத்தி செய்கிற தேசம் ரஷ்யா. ஆண்டு மொத்த வருமானத்தில் சரி பாதிக்குச் சற்றுக் கீழே இந்த எண்ணெய் வருமானம்தான் அவர்களுக்கு. Gazprom, Rosneft, Surgutneftegas, Tatneft, Lukoil என்ற ஐந்து நிறுவனங்கள்தாம் ரஷ்யாவின் மொத்த எண்ணெய் உற்பத்திக்கும் ஏற்றுமதிக்கும் பொறுப்பாளிகள். அதாவது ரஷ்யாவின் முதன்மை வருமானக் கால்வாயின் காவல் தெய்வங்கள்.

இப்போது அமெரிக்கா, பிரிட்டன் மற்றும் பல ஐரோப்பிய தேசங்கள், அவற்றின் கூட்டமைப்புகள் இணைந்து ரஷ்யாவின் மீது பொருளாதாரத்

தடைகளை விதித்திருக்கிறது என்றால் பதிலுக்கு ரஷ்யா செய்யக்கூடிய மிக எளிய செயல், அவர்களுக்கு எண்ணெய் சப்ளையை நிறுத்துவதுதான்.

அப்படி தடாலென்று நிறுத்த முடியுமா என்றால் ரஷ்யா செய்யும்.

Organization of the Petroleum Exporting Countries (OPEC) என்று ஓர் அமைப்பு உண்டு. இதன் தலைமை அலுவலகம் வியன்னாவில் (ஆஸ்திரியா) உள்ளது. எண்ணெய் ஏற்றுமதி நாடுகளின் கூட்டமைப்பு. பெரும்பாலும் மத்தியக் கிழக்கு நாடுகள், சில ஆப்பிரிக்க, தென்னமெரிக்க நாடுகளை உறுப்பினர்களாகக் கொண்ட இந்த அமைப்பில் ரஷ்யாவும் இருக்கிறது. இவ்வளவு காலமாக ரஷ்யாவிடம் எண்ணெய் வாங்கிக்கொண்டிருந்த ஐரோப்பிய தேசங்கள் இனி இதர எண்ணெய் ஏற்றுமதி தேசங்கள் பக்கம் போக வேண்டும். அவர்கள் ஏற்கெனவே தங்களது வாடிக்கையாளர்களாக உள்ள தேசங்களுக்குத் தருவது போக இவர்களுக்காகவும் புதிதாக உற்பத்தி செய்ய வேண்டியிருக்கும்.

இதென்ன அவசரத்துக்கு அரிசி உப்புமா கிண்டுவது போலவா? கஷ்டம்தான் அல்லவா? நெருக்கிப் பிடித்துத்தான் செய்ய வேண்டியிருக்கும் என்றாலும் இந்த வாய்ப்பை விடமாட்டார்கள் அல்லவா? போடு ஒரு விலை ஏற்றம்.

யுத்தங்களால் ஏன் எண்ணெய் விலை ஏறுகிறது என்றால் இதுதான் காரணம். இருபத்தோறாம் நூற்றாண்டில் யுத்தம் என்றாலே அது பொருளாதார யுத்தம் மட்டும்தான். நாடு பிடிப்பது, எல்லைகளை விஸ்தரிப்பது எல்லாம் பழங்கால நோக்கங்கள். ஒரு போரைத் தொடங்கினால் அதன் மூலம் எத்தனை

பில்லியன்சம்பாதிக்க முடியும் என்பதுதான் முதன்மை நோக்கமாக இருக்கும். சென்ற நூற்றாண்டில் இந்த வழக்கத்தை மங்களகரமாகத் தொடங்கி வைத்தது அமெரிக்கா. அமெரிக்கா பங்குபெற்ற ஒவ்வொரு யுத்தமும் அதன் பொருளாதார பலத்தை அதிகரிப்பதன் பொருட்டே நடத்தப்பட்டவை. இராக் யுத்தத்துக்குப் பிறகு அமெரிக்கா சிறிது ஓய்வெடுத்துக்கொண்ட நேரத்தில் இப்போது ரஷ்யா அந்தத் திருப்பணியை எடுத்துச் செய்ய ஆரம்பித்திருக்கிறது.

ஒன்று தெரியுமா? அமெரிக்கா இறக்குமதி செய்யும் எண்ணெயிலேயே சுமார் பத்து சதவீதத்துக்கும் அதிகமாக ரஷ்யாவில் இருந்துதான் வருகிறது. ரஷ்யா இப்போது சப்ளையை நிறுத்தினால் சம்பந்தப்பட்ட அத்தனை தேசங்களிலும் எண்ணெய் விலை உயரும். சப்ளை நிறுத்தம் தொடர்ந்தால், விலையேற்றம் எகிறி அடிக்கும்.

சீனா, வட கொரியாவைப் போன்ற சில தேசங்கள் கண்ணை மூடிக்கொண்டு உக்ரைன் யுத்தத்தில் ரஷ்யாவை ஆதரிப்பதற்கும் இந்தியா போன்ற முக்கால்வாசி வளர்ந்த தேசங்கள் நடுநிலைமை வகிக்கிற பாவனையில் ரஷ்யாவின் பக்கம் சாய்ந்திருப்பதற்கும் காரணம் இதுதான். செய்வது அயோக்கியத்தனம் என்று தெரிந்தாலுமே வாயைத் திறக்காதே.

10. அணு உலை ஆக்கிரமிப்பு

ரஷ்யாவின் எண்ணெய் வளத்தைப் பற்றிப் பேசிக்கொண்டிருந்தோம். போரிஸ் யெல்ஸின் பதவி விலகி, விளாதிமிர் புதின் ஆட்சிக்கு வந்தபோது அவருக்கு இருந்த சவால்கள் சிறிதல்ல. எந்த வளமும் இல்லாததொரு தேசமென்றால் சிக்கலே இல்லை. ஏழை நாடு என்று போர்ட் மாட்டிக்கொண்டு, யாரையாவது அல்லது எல்லோரையும் எதிர்பார்த்துக் கையேந்தி வாழ்ந்து விடலாம். ரஷ்யாவில் இல்லாததே இல்லை. இயற்கை வளம், மனித வளம் தொடங்கி எந்த வளத்துக்கும் குறைவில்லை. பிரச்னை, எதுவும் சரியாகப் பயன்படுத்தப்படுவதில்லை என்பதே. கம்யூனிசம், எண்பதாண்டுக் காலமாக அது உண்டாக்கியிருந்த மோசமான விளைவுகள், மக்களுக்கு அரசின் மீதிருந்த சந்தேகங்கள், அவநம்பிக்கை, உச்சக்கட்ட சுரண்டல்கள், பதுக்கல்கள் அனைத்துமே சரி செய்துவிடக் கூடியவைதான். ஆனால் ஒரு நாளில் நடக்காது. ஒரு ஆட்சிக்காலம் போதுமா என்றால் போதாது. நாட்டைக் குட்டிச்சுவராக்க எடுத்துக்கொண்ட காலத்தில் சரி பாதியாவது மீண்டும் கட்டியெழுப்பவும் தேவைப்படும் அல்லவா?

ஆனால் புதினின் நோக்கம் அதுதானா என்று உறுதியாகச் சொல்வதற்கில்லை. ஏனெனில் உடைத்தறிய முடியாத மிகச் சில வினோதமான மனித மனங்களுள் ஒன்று அவருடையது. என்ன நினைக்கிறார்; எதனால் இதனைச் செய்கிறார் என்று நெருங்கி நிற்பவர்கள்கூட யூகிப்பது கடினம். அடிப்படையில் அவர் நீண்ட நெடுங்காலம் உளவுத் துறையில் பணியாற்றியவர் என்பது இதற்குக் காரணமாக இருக்கலாம்.

1970ம் ஆண்டு முதல் 1975 வரை புதின், லெனின்கிராடில் உள்ள ஆந்த்ரேய் அலெக்சாந்திரோவிச் ஷ்தானோவ் (Andrei Aleksandrovich Zhdanov) பல்கலைக் கழகத்தில் சட்டம் படித்தார். படித்து முடித்த கையோடு நீதி மன்றத்துக்குச் செல்லாமல் ரஷ்ய உளவுத் துறையான கேஜிபியில் போய்ச் சேர்ந்தார். 1984ம் ஆண்டுத் தொடக்கம் வரை பல்வேறு விதமான பயிற்சிகள். வேறு வேறு இடங்களுக்குப் பணி மாற்றம் செய்யப்பட்டு புடம் போடப்பட்டார்.

அந்த ஆண்டின் மத்தியில் அவர் நியூசிலாந்துக்கு 'ஒரு பெரிய காரியத்தில்' சம்பந்தப்படுவதன் பொருட்டு ரகசிய ஒற்றராக அனுப்பப்பட்டதாக ஒரு தகவல் உண்டு. ஆனால் அதற்கு ஆவண ஆதாரம் ஏதும் கிடையாது. இருப்பினும் அனுப்பப்பட்ட காரியத்தை கன கச்சிதமாகச் செய்து முடித்ததற்குப் பரிசாக ஒரு பதவி உயர்வும் கிழக்கு ஜெர்மனிக்கு இடமாற்றமும் அளிக்கப்பட்டதாக இன்னொரு தகவல் உண்டு.

இதற்கும் ஆவண ஆதாரம் கிடையாது என்றாலும் 1985 முதல் 1990ம் ஆண்டு வரை புதின் கிழக்கு ஜெர்மனியில் ஒரு 'மொழிபெயர்ப்பாளரா'கப் பணியாற்றியதற்கு ஆதாரங்கள் இருக்கின்றன. கிழக்கு ஜெர்மனி அப்போது சோவியத் பாசப்

பிணைப்புக்குள் சிக்குண்டு இருந்ததும் அங்கிருந்த மக்களின் வாழ்க்கைத்தரம் வெளியே தெரியாதபடி சிதறுண்டு கிடந்ததும் வேறு சரித்திரம். அதற்குள் நாம் செல்லத் தேவையில்லை.

ஆனால், 1989ம் ஆண்டு பெர்லின் சுவர் தகர்க்கப் பட்டு ஜெர்மனி ஒருங்கிணைந்த சமயத்தில் கிழக்கு ஜெர்மனி பக்கம் இருந்த ரஷ்ய கலாசார மையத்தில் பாதுகாக்கப்பட்டு வந்த பல அரிய ஆவணங்களைச் சேதாரமின்றிக் காப்பாற்றி மாஸ்கோவுக்கு அனுப்பி வைத்தார், புதின். தவிர, காப்பாற்ற இயலாது என்று தோன்றிய கேஜிபியின் ரகசிய ஆவணங்கள் பலவற்றை அங்கேயே எரித்து இறுதிச் சடங்கு செய்து வைத்த வகையிலும் அவர் ஒரு தேர்ந்த உளவாளியாக ரஷ்யாவில் அடையாளம் காணப்பட்டார். கிழக்கு ஜெர்மனியில் அவர் எதை எரித்தார், எதைக் காப்பாற்றினார் என்பதே அவரது அரசியல் எதிர்காலத்தைத் தீர்மானித்தது.

1990ம் ஆண்டு ரஷ்யாவுக்குத் திரும்பிய புதின் உடனடியாக கேஜிபி பணியில் இருந்து தன்னை விடுவித்துக்கொண்டு அரசியலில் இறங்கினார். லெனின்கிராட் மேயருக்கு அயலுறவு ஆலோசகர் என்னும் எளிய பதவி, எளிய பொறுப்பு. இதுதான் ஆரம்பம். நமது பிரதமர் நரேந்திர மோடி டீ விற்றதைப் போல நடுவே எப்போதோ புதின் சிறிது காலம் டாக்சி ஓட்டியதாகச் சொல்வதும் உண்மையாகவே இருக்கலாம். ஓர் உளவாளியின் எல்லா நடவடிக்கைகளுக்கும் உண்மைக் காரணம் கண்டுபிடிப்பது சிரமம்.

ஆனால் 1990ல் அரசியலில் காலெடுத்து வைத்து 1999ல் ரஷ்யாவின் மூன்று துணைப் பிரதமர்களுள்

ஒருவராக உயர்ந்து (ஆகஸ்ட் 9), அன்றே பிற்பகலில் ஆக்டிங் ப்ரைம் மினிஸ்டர் என்று அறிவிக்கப்பட்டு, அன்று மாலையே 'எனக்குப் பிறகு புதின் அதிபராகவேண்டும்' என்று யெல்ஸின் அறிவித்து, அன்றிரவே புதின் அதை ஏற்றுக்கொண்டதெல்லாம் ஹாலிவுட் திரைப்படங்களில்கூடப் பார்க்க முடியாத அதிரடித் திருப்பங்கள் நிறைந்த வரலாறு.

டிசம்பர் 31, 1999 அன்று போரிஸ் யெல்ஸின் பதவி விலகினார். ஆக்டிங் பிரசிடெண்ட் என்ற பெயருடன் புதின் அதிகாரத்துக்கு வந்தார். இன்றைக்குச் சரியாக இருபத்திரண்டு வருடங்கள். ரஷ்ய அரசியல் சாசனப்படி ஒரு நபர் தொடர்ச்சியாக இரண்டு முறைக்கு மேல் அதிபராக இருக்க முடியாது. அதனாலென்ன. நடுவே கொஞ்ச காலம் அவர் இன்னொருவரை டம்மியாக அந்தப் பதவியில் உட்கார வைத்துவிட்டுத் தம்மைப் பிரதம மந்திரியாக நியமித்துக்கொண்டார். பிறகு மீண்டும் அதிபர். மீண்டும் இரண்டு தவணை. புதினைப் பொறுத்தவரை பற்களும் வலுவானவை. பக்கோடாவுக்கும் பஞ்சமில்லை.

புதின் அதிகாரத்துக்கு வந்த மிகச் சில நாள்களிலேயே அவரது பார்வை உக்ரைன் மீது விழுந்துவிட்டது. இன்றைய யுத்தத்தின் ஸ்ரீமுகம் 2008ம் ஆண்டுதான் எழுதப்பட்டது என்றாலும் பதவிக்கு வந்த சொற்ப காலத்திலேயே புதின் உக்ரைனைக் குறி வைத்துவிட்டார் என்பதில் சந்தேகமில்லை. இன்று சொல்லப்படுகிற நேட்டோ காரணங்களெல்லாம் பின்னால் வடிவமைக்கப்பட்டவை. உண்மையில் உக்ரைனின் அணு உலைகள் ரஷ்யாவுக்கு முக்கியம். எண்ணெய்-எரிவாயு அணு சக்தி என்னும் மூன்று அதி முக்கிய இனங்கள் ஒழுங்காக வருவாய் தரத்

தொடங்கினால் தேசத்தை மீட்டெடுத்துவிடலாம் என்பது புதினின் கணக்கு. சோவியத்தாக இருந்த காலத்தில் அவர்களுடைய பெருமைக்குரிய அணு உலைகளாக உலகம் கண்டு வியந்த அனைத்தும் இன்றைக்கு உக்ரைனில் இருப்பதுதான் பிரச்னையின் ஆணி வேர்.

ஒரு கணம் எண்ணிப் பாருங்கள். பிப்ரவரி 24ம் தேதி அன்று ரஷ்யா உக்ரைன் மீது படையெடுக்கிறது. அதன் சக்திக்கும் ஆள்-ஆயுத பலத்துக்கும் எண்ணி மூன்று மணி நேரத்தில் நேரே கீவை *(Kyiv)* அடித்து துவம்சம் செய்திருக்க முடியும். இன்றைக்கு மூலை முடுக்கெங்கும் பரவி நிறைந்து தாக்க முடிவது, அன்றைக்கு முடியாதா? நிச்சயம் முடியும். ஆனால் என்ன செய்தார்கள்?

எல்லைப் புற விவசாய நிலங்களை, விளைந்த நிலங்களைக் குறி வைத்து அழித்துக்கொண்டே மறுபுறம் உக்ரைனின் மாபெரும் அணு உலை நிறுவப் பட்டுள்ளஸபோரிஸியா*(Zaporizhzhia)* பிராந்தியத்தைச் சுற்றி வளைத்துத் தாக்க ஆரம்பித்தார்கள். ஸபோரிஸியா அணு உலை என்பது ஒட்டுமொத்த ஐரோப்பாவிலும் இல்லாத பிரம்மாண்டமான உலை. உலகின் மாபெரும் பத்து அணு உலைகளுள் ஒன்று. விவசாயத்துக்கு அடுத்து உக்ரைனுக்கு வருமானம் தருகிற கேந்திரம். உக்ரைனிடம் போதிய உள் கட்டமைப்பு இருக்குமானால் இந்த ஓர் உலையைக் கொண்டு பாதி ஐரோப்பாவுக்கு அவர்களால் மின்சாரம் தந்துவிட முடியும். குறைந்த பட்சம் உள்நாட்டு அளவில் மின்சாரத் தன்னிறைவு கொள்ள முடிந்ததற்கு அதுதான் காரணமாக இருந்து வந்தது.

ஏப்ரல் 25, 1986 அன்று செர்னோபில் அணு உலை வெடித்த விவகாரம் உலகறிந்தது. செர்னோபிலும்

உக்ரைனில் உள்ள உலைதான். அன்றைக்கு அது கதம்ப சோவியத் கூட்டுக்குள் இருந்ததால் ரஷ்ய அணு உலை விபத்து என்று நாம் செய்தி வாசித்தோம். செர்னோபில், ஸபோரிஸியா தவிர உக்ரைனில் இன்னும் சில சிறிய அணு உலைக் கேந்திரங்கள் உண்டு. காசாக்கத் தெரியாத கந்தலாடைக்காரிக்குக் கிடைத்த வைடூரியக் கற்கள் போன்றவை அவை.

ரஷ்யாவில் ஆட்சிக்கு வந்த புதினின் முதற்குறி மேற்சொன்ன ஸபோரிஸியா அணு உலையாக இருந்ததன் அடிப்படை புரிகிறதா? வளமான மண். செழிப்பான விவசாயம். தரமான ஏற்றுமதி. அது ஒரு பக்கம். ஐரோப்பாவின் மாபெரும் அணு உலை தவிரவும் பல சிறு உலைகள். இருக்கவே இருக்கிறது பழைய செர்னோபில் உலை. சீராக்கி ஒரு சம்ப்ரோக்ஷணம் செய்வதா பெரிது?

ஆனால் நிலப்பரப்பளவில் ரஷ்யாவுக்கு நெருங்கி இருந்தாலும் மனத்தளவில் உக்ரைன் ஐரோப்பாவுடன் நெருங்கிப் போய்விட்டதற்குக் காலமல்ல காரணம். சரித்திர ரீதியிலேயே அது என்றென்றும் ஐரோப்பாவின் எல்லைத் தேசமாகத்தான் இருந்து வந்திருக்கிறதே தவிர ரஷ்யாவின் பின் வாசலாகத் தன்னை உணர்ந்ததே இல்லை.

பதிமூன்றாம் நூற்றாண்டில் நடைபெற்ற மங்கோலியப் படையெடுப்புக்கு முன்பு வரை உக்ரைன், கிழக்கு ஐரோப்பாவில் ஒரு வலுவான கலாசார மையமாக இருந்து வந்தது. கீவ் பேரரசு என்றால் மேற்குலகம் திகைத்து நோக்கும் வண்ணமே எல்லாச் செயல்பாடுகளும் இருந்து வந்தன. இத்தனைக்கும் நாடோடிக் கூட்டத்தினரால் நிறுவப்பட்ட அரசுதான். ஆனால் முப்பத்திரண்டாயிரம் ஆண்டு கால மனிதப்

புழக்கத்தின் சுவடுகள் கொண்ட பிராந்தியம். ஐரோப்பாவின் இதர பகுதிகளுக்கு இந்தப் பெருமை கிடையாது.

மங்கோலியப் படையெடுப்புக்குப் பிறகு கீவ்-ரூஸ் பேரரசு அழிந்து உக்ரைன் ரொட்டியை அக்கம்பக்கத்து தேசங்கள் ஆளுக்குக் கொஞ்சமாகப் பிரித்துக்கொண்டன. ஆஸ்திரியா, ஹங்கரி, போலந்து, லித்துவேனியா, ருமேனியா, ரஷ்யா - யாரும் மிச்சமில்லை. எல்லோரும் தம் சக்திக்கு எட்டிய நிலப்பரப்பை அபகரித்துக்கொண்டார்கள். ஒரு பேரரசு ஓங்கித் தழைத்த சுவடு கூட மிச்சமில்லை. பதினேழாம் நூற்றாண்டில் கொசாக்குகள் தலையெடுத்து மீண்டும் ஒரு பேரரசை அங்கே நிறுவும் வரை உக்ரைன் உலக வரைபடத்திலேயே இல்லாமல் போயிருந்தது. சுமார் இருநூறு ஆண்டுகள் திரும்பவும் அது தோன்றித் தழைத்த தருணத்தில் மீண்டும் போலந்தும் ரஷ்யாவும் உக்ரைனைப் பங்குபோட்டுக்கொண்டன.

உக்ரைனிய தேசிய இயக்கம் என்ற ஒன்று உருவானதும் அது உலக நாடுகளால் அங்கீகரிக்கப்பட்டதும் 1917ம் ஆண்டுதான் நடந்தது. உக்ரைன் மக்கள் குடியரசு என்ற பெயரில் ஒரு நாடாக நாம் அடையாளம் கண்டது அப்போதுதான். ஆனால் அதற்குள் ரஷ்யப் புரட்சி, கம்யூனிசம், லெனின் இத்தியாதிகள் வந்துவிட, எண்ணி ஐந்தே ஆண்டுகளில் உக்ரைன் சோவியத் சோஷலிசக் குடியரசு உருவாகி, சோவியத் ரஷ்யாவுடன் இரண்டறக் கலந்து போனது (1922).

அதன் பிறகு 1991ல் சோவியத் யூனியன் கலைக்கப் படுகிற வரை உக்ரைன் சோவியத் ரஷ்யாவின் ஓர் உறுப்பாகத்தான் இருந்தது. எழுபதாண்டுகள் என்பது விளையாட்டல்ல அல்லவா? இன்றைக்கு ரஷ்யா உக்ரைன் மீது உரிமை கொண்டாடுவதுகூட

இதனால்தான் சிலருக்கு நியாயமாகத் தோன்றுகிறது. ஆனால் உக்ரைனைப் போலவே எத்தனையோ பல பால்டிக் தேசங்கள் சோவியத் உறுப்புகளாக இருந்தவைதான். அவற்றுக்கு இல்லாத நெருக்கடி உக்ரைனுக்கு மட்டும் ஏன் ஏற்படுகிறது?

என்றால், மேற்சொன்ன வளம் காரணம்.

சோவியத்துடன் இணைந்திருந்த பிற தேசங்கள் அனைத்தும் இன்று நேட்டோவின் உறுப்பு நாடுகளாகிவிட்டன. உக்ரைன் ஆவதை மட்டும் ரஷ்யா ஏன் எதிர்க்கிறது? என்றால், உக்ரைன் ஐரோப்பாவின் சந்தை ஆகிவிட்டால் கிழக்கில் ரஷ்யாவின் கடையில் ஈயாட ஆரம்பித்துவிடும் என்பது காரணம்.

ஐரோப்பாவுக்கும் ரஷ்யாவுக்கும் இடையே உக்ரைன் என்ற தேசம் இருக்கிற வரைதான் நிலவியல் ரீதியிலும் ரஷ்யாவுக்குப் பாதுகாப்பு. உக்ரைனும் ஒரு முழுமையான ஐரோப்பிய தேசமாகிவிடும் பட்சத்தில் ரஷ்யாவின் பின்வாசல் எதிரியின் கோட்டை வாசலாக இருக்கும்.

பிறவி உளவாளியும் பின்னாளில் அரசியல்வாதியுமான புதின், உக்ரைனை ஒரே நாளில் தாக்கி அழித்துத் தனதாக்கிக் கொள்ள முடியாதா? அமெரிக்காவும் இதர ஐரோப்பிய நாடுகளும் வரிந்து கட்டிக்கொண்டு ஆயுத உதவிக்கு வந்து சேருவதற்கு முன்னமேயே உக்ரைன் வாசலில் ரஷ்யப் பெயர்ப் பலகையை நிறுவியிருக்க முடியாதா? ரஷ்யாவின் ராணுவ பலம் அதற்குப் போதாதா? ஏன் செய்யவில்லை?

உக்ரைன் என்பது ஒரு நிமித்தம். விளாடிமிர் புடின் உலகுக்குச் சொல்ல விரும்பும் செய்தி வேறு.

11. யுத்தத்தின் தோற்றுவாய்

பூமி எவ்வளவு பெரியது; தேசங்கள் எங்கெல்லாம் விரிந்து பரந்திருக்கின்றன என்று சரியாகத் தெரியாத காலத்திலேயே சில மன்னர்கள் புவி மொத்தத்தையும் ஆள நினைத்தார்கள். அதற்காகப் படையெடுத்துப் பாதி வழியில் ஊர் திரும்பினார்கள் அல்லது செத்துப் போனார்கள். பின்னர் பிரிட்டன் உலகெங்கும் திட்டுத் திட்டாகத் தனது காலனிகளை நிறுவி, தானே முதல்வன் என்று நிரூபிக்கப் பார்த்தது. 'நீ காலனி வைத்தால்தானே கந்தர கோளம்? என் காலடி பட்டாலே அதுதான்' என்று முதல் உலகப் போருக்குப் பிறகு அமெரிக்கா தன்னை வல்லரசாக நிறுவிக்கொண்டது.

நிலப் பரப்பு, மனித வளம், இயற்கை வளங்கள், அறிவியல், விவசாயம், ஏற்றுமதி எனப் பலவற்றில் அமெரிக்காவுக்குச் சவால் விடக்கூடிய அளவுக்கு ரஷ்யா வலிமை வாய்ந்த நாடு. அதில் சற்றும் சந்தேகம் கிடையாது. நடுவே எழுபதாண்டுகள் கம்யூனிசம் குறுக்கே புகுந்து குட்டையைக் குழப்பாமல் இருந்திருந்தால் இன்றைக்கு நாம்

அமெரிக்கா-ரஷ்யா என்று பேசிக்கொண்டிருந்திருக்க மாட்டோம். ரஷ்யா-அமெரிக்கா என்று திருப்பித்தான் சொல்லியிருப்போம்.

பன்னெடுங்காலமாக விளாதிமிர் புதின் பதவியில் இருப்பதன் அடிப்படை இதில் உள்ளது. ரஷ்யாவின் இடமும் இருப்பும் இதர அனைத்து தேசங்களினும் பெரிது என்று நிரூபிக்கும் விதமாகவே அவர் பதவிக்கு வந்த நாளாகச் செயல்பட்டுக்கொண்டிருக்கிறார். உள்நாட்டு விவகாரங்களானாலும் சரி; வெளி நாட்டு விவகாரங்களானாலும் சரி. புதின் அவற்றை அணுகும் விதம் சிறிது அபாயகரமானது. இந்த மனிதன் என்ன வேண்டுமானாலும் செய்வான் என்னும் அச்சத்தை விரித்து வைத்துவிட்டு அதனடியில் இருந்தபடிக்கு ஒன்றுமே செய்யாவிட்டாலும் யாரும் நெருங்கி வந்து மோப்பம் பிடிக்க மாட்டார்கள். புதின் அவ்வப்போது செய்கிற எது ஒன்றிலும் இந்த உத்தியைக் கடைப்பிடிக்காமல் இருப்பதில்லை.

எளிய உதாரணமாக ஆப்கனிஸ்தானை எடுத்துக் கொள்ளுங்கள். இன்றைக்கு அங்கே தாலிபன் ஆட்சி நடக்கிறது. உன்னை அழிக்காமல் போக மாட்டேன் என்று சபதம் செய்துவிட்டு ஆப்கனுக்கு வந்திறங்கிய அமெரிக்க ராணுவம், ஆட்சி அதிகாரத்தை இரு கைகளில் ஏந்தி எடுத்து அவர்களிடமே கொடுத்து, ஆசீர்வாதம் செய்துவிட்டுக் கிளம்பிப் போனதைப் பார்த்தோம். அமெரிக்கா கால் வைப்பதற்கு முன்னால் ஆப்கனிஸ்தானைச் சாப்பிட்டுக் கொண்டிருந்தது ரஷ்யாதான். அப்போது அது சோவியத் ரஷ்யா. ரஷ்யாவுக்கு எதிராகத்தான் ஆப்கனிஸ்தானில் முதல் முதலில் முஜாஹிதீன்களே உருவாக ஆரம்பித்தார்கள். நூற்றுக் கணக்கான போராளிக் குழுக்கள் தோன்றி, முழு வீச்சில் அவர்கள் ரஷ்யாவை எதிர்த்ததும் அதற்கு

அமெரிக்கா ஆதரவளித்ததும் அந்த நாட்டு சரித்திரம். ஆப்கனிஸ்தானின் இன்றைய அடிப்படைவாதம் சார்ந்த அனைத்துச் சீரழிவுகளுக்குமே அதுதான் தொடக்கப் புள்ளி.

தனது பத்தாண்டு கால ஆப்கன் அதிகாரத்தை முடித்துக்கொண்டு சோவியத் ரஷ்யா தனது படைகளைத் திரும்பப் பெற்றுக்கொண்டது பனிப்போர் காலத்தின் இறுதி அத்தியாயங்களுள் ஒன்று. பிறகு சோவியத் யூனியனே சிதறிப் போனது.

இன்று தாலிபன் அங்கே மீண்டும் ஆட்சிக்கு வந்ததை உலகமே எதிர்த்தது. புதின் எதிர்க்கவில்லை. ஏராளமான நாடுகளும் நிதி அமைப்புகளும் ஆப்கன் மீது நிறையத் தடைகளை விதித்தன. ரஷ்யா விதிக்கவில்லை. ஒரு சில நாடுகள் தவிர இதர அனைத்து தேசங்களும் அங்கே தூதரகம் வைத்துக்கொள்ளக் கூட யோசித்தன. ஆனால் ரஷ்யா, ஆப்கனிஸ்தானுடன் மிக வலுவான வர்த்தக ஒப்பந்தங்கள் செய்துகொண்டது. ஏகப்பட்ட நலப் பணிகளுக்குப் பணம் கொடுத்தது. பழைய பகையாளி, முதன்மைப் பகையாளி என்பதையெல்லாம் நான் மறந்துவிட்டேன்; நீயும் மறந்துவிடு. என்னால் உனக்குச் சில லாபங்கள் இனி சித்திக்கும்.

அது அமெரிக்கா எதிர்பாராத காய் நகர்த்தல். நான் போனால் நீ; நீ போனால் நான் என்பது பெரிதல்ல. இம்முறை ரஷ்யா எந்த வடிவத்தில் ஆப்கனுக்குள் நுழைந்தது என்பதுதான் முக்கியம். பொருளாதாரம் சீர் குலைந்து கிடக்கும் ஆப்கனிஸ்தானுக்கு ரஷ்யாவின் வர்த்தகத் தொடர்பு மிகப்பெரிய ஆறுதல். அதனினும் பெரிது, அதன் மூலம் உருவாகியிருக்கும் ஏராளமான வேலை வாய்ப்புகள். நவீன யுகத்தில் அடிமைப்படுத்துவது

என்பதைப் படையெடுத்துத்தான் செய்ய வேண்டும் என்பதில்லை. பங்காளி ஆக்கியும் செய்யலாம்.

ஆனால் ரஷ்யா, ஆப்கனிஸ்தானைத்தான் பங்காளி ஆக்குமே தவிர உக்ரைனை அல்ல. ஏனெனில், உக்ரைன் சக்தி மிக்க தேசம். அதே பெரிய மனித வளம். அதே பெரிய இயற்கை வளம். தவிர, முன்னர் கண்ட அணு உலைகள். இதர சொகுசு சௌக்கியங்கள். சரித்திரம் முழுதும் அடிமைப்பட்டுக் கிடந்தவர்கள் என்பதால் எதையும் முறையாகப் பயன்படுத்தத் தெரியாதிருக்கிறார்கள். ஆனால் எதிரி வந்து அள்ளிக்கொள்ள இடம் தருவார்களா?

அதுதான் பிரச்னை.

சோவியத்திலிருந்து பிரிந்து தனிக் குடியரசாகச் செயல்படத் தொடங்கியபோது உக்ரைன் ஆட்சியாளர் களுக்குத் தலைகால் புரியவில்லை. ஆள வந்த ஒவ்வொருவரும் அள்ளிக்கொண்டு போனார்கள். ஊழல் என்றால் உலகப் பெரிய ஊழல்களெல்லாம் அங்கேதான் நடந்தன. கொள்ளை என்றால் சரித்திரம் காணாத கொள்ளைகள். கம்யூனிசம் விடைபெறும் போதெல்லாம் உலகெங்கும் இது நிகழ்வதைக் கவனியுங்கள். உக்ரைனும் விலக்கல்ல. தேசச் சீரமைப்பு-கட்டுமானம்-மறு கட்டுமானம் எல்லாம் ஒரு பக்கம் இருக்கும். ஊழலும் உடன் இருக்கும்.

இங்கில்லாத ஊழலா, எங்குதான் அது இல்லை என்று கேட்கலாம். எங்குமில்லாத அளவுக்கு அங்கே இருந்ததுதான் பிரச்னை. சோவியத் பிடியில் சிக்குண்டு, அனைத்து வளங்களையும் தாரை வார்த்துவிட்டு அவதிப்பட்டுக்கொண்டிருந்த உக்ரைனியர்கள், சொந்த நாட்டின் ஊழல் ஆட்சியாளர்களிடம் சிக்கிச் சின்னாபின்னமானார்கள்.

மக்களின் அந்த விரக்தியைத்தான் புதின் வசதியாகப் பிடித்துக்கொண்டார். ஆட்சிக்கு வந்த சூட்டிலேயே உக்ரைனின் ரஷ்ய எல்லையோர மாகாணங்களில் பிரிவினைவாதக் குழுக்களை உருவாக்கி, வளர்த்துவிடத் தனது உளவுத் துறையை முழு வீச்சில் பயன்படுத்தினார். ஒரு தம் கட்டினால் ஓடிச் சென்றே எல்லையைத் தொட்டுவிட்டுத் திரும்பிவிடக் கூடிய அளவுக்குச் சிறிய பிராந்தியங்களை அவர்கள் தனி நாடு என்றார்கள். ஆமாம், நீ தனிதான் என்று ரஷ்யா ஆசீர்வதித்தது. வீர பராக்கிரமச் செயல்களைச் செய்வோருக்கு மெடல் கொடுப்பது போல இந்தப் பிரிவினைவாதக் குழுவினருக்கு வீடு கார் வசதிகள் செய்து கொடுத்தது.

வேலை இல்லாமல், எதிர்காலம் என்னவென்று தெரியாமல் வெட்டியாகத் திரிந்துகொண்டிருந்த அத்தனை எல்லையோர இளைஞர்களும் இதைக் கண்டார்கள். அனைவருக்கும் திடீர் தேசபக்தி பீறிட்டு, தேசியவாதிகளானார்கள். உக்ரைன் அரசுக்கு எதிராகக் கிளர்ச்சி செய்யத் தொடங்கினார்கள். ரஷ்யா அவர்களையும் அரவணைத்தது.

இந்தச் சூழ்நிலையில்தான் இன்றைய உக்ரைன் அதிபர் விளாதிமிர் ஸெலன்ஸ்கி ஆட்சிக்கு வருகிறார். 1978ம் ஆண்டு பிறந்தவர். சட்டம் படித்துவிட்டு சினிமாத் துறைக்குச் சென்றார். நடிக்கத் தொடங்கியபோதே தயாரிப்பு நிறுவனம் ஒன்றையும் தொடங்கினார். தயாரிப்புகள் எப்படி என்று தெரியவில்லை. ஆனால் சுமாரான நடிகர். ஓரளவு நகைச்சுவையாக நடிக்க வரும். ரோவன் அட்கின்ஸன் (மிஸ்டர் பீன்) பாதிப்பு சற்று இருக்கும். 2015ம் ஆண்டு ‘மக்கள் தொண்டன்’ என்ற பெயரில் ஒரு தொலைக்காட்சித் தொடரைத் தயாரித்து நடிக்க ஆரம்பித்தார். நான்காண்டு காலம்

ஒளிபரப்பான அந்தத் தொடர், ஸெலன்ஸ்கிக்குப் புகழ் தந்தது. எந்தளவுக்கு என்றால், 2019ம் ஆண்டு அவர் அதிபர் தேர்தலில் நின்று வெற்றி பெறும் அளவுக்கு.

ஆயாக்கள் தோளில் கைபோட்டுக்கொண்டு போஸ் கொடுக்க அப்போது அவருக்கு நேரம் இருக்க வில்லை. பதவிக்கு வரும்போதே கோவிட் 19ஐ உடன் அழைத்து வந்திருந்தார். எனவே கோவிட் கட்டுப்பாட்டுப் பணிகள்தாம் ஸெலன்ஸ்கியின் முதல் செயலாக இருந்தன. அது முடிவதற்குள் ரஷ்யா அடிக்க ஆரம்பித்துவிட்டது.

ஸெலன்ஸ்கி பிறவி அரசியல்வாதி இல்லை. நீண்ட நாள் அனுபவம் கொண்டவரா என்றால் அதுவும் இல்லை. 2019ல்தான் வருகிறார். வரும்போதே அதிபர். வந்த உடனே போர்.

இதன் காரணம் மிகவும் நுட்பமானது. ஒரு புதிய அதிபரைச் சிறிது காலமாவது செயல்பட விட்டு வேடிக்கை பார்த்துவிட்டு அதன் பிறகு போரைத் தொடங்கலாம் என்று ஏன் புதின் நினைக்கவில்லை? புதினைப் புரிந்துகொள்ள இது மிகச் சிறந்த இடம்.

உக்ரைனின் கிழக்கு எல்லையோரக் கிளர்ச்சியாளர் களும் பிரிவினைவாதிகளும் பன்னெடுங்காலமாகச் செயல்பட்டு வருவோர்தாம். முந்தைய ரஷ்ய ஆதரவு / எதிர்ப்பு அரசியல்வாதிகள் யாரானாலும் அவர்கள் விஷயத்தில் சிறிது கண்டும் காணாமலும்தான் நடந்துகொள்வார்கள்.

அதாவது, புரட்சியெல்லாம் தவறு; பிரிவினைவாதம் வேண்டாம் என்கிற வேண்டுகோள் இருக்கும். அவ்வப்போது சிறிய அளவு அச்சுறுத்தலும்

இருக்கும். ஆனால் அதற்குமேல் இருக்குமா என்றால் இருக்காது. ஏனெனில், புரட்சியாளர்கள்மீது கை வைத்தால் உடனே ரஷ்யா கோபித்துக்கொண்டால் என்ன செய்வது என்கிற பயம். ஸெலன்ஸ்கிக்கு முன் ஆட்சியில் இருந்த அத்தனை பேரும் அப்படித்தான் இருந்தார்கள்.

ஸெலன்ஸ்கி, தேர்தல் பிரசாரத்தின் போதே இந்தப் பிரச்னையைத்தான் முதலில் தொட்டார். பிரிவினை வாதிகள் நிறைந்த கிழக்கு மாகாணப் பிராந்தியங்கள் ஒவ்வொன்றையும் குறிப்பிட்டு, தாம் பதவிக்கு வந்ததும் முதலில் அவர்களை ஒடுக்குவேன் என்று சொல்லிதான் மக்களின் ஆதரவைப் பெற்றார்.

பிரசாரம் நடந்துகொண்டிருந்தபோதே கிழக்கு உக்ரைன் பற்றி எரிந்துகொண்டுதான் இருந்தது. பிரிவினைவாதிகளுக்கும் ராணுவத்தினருக்குமான மோதல். பிரிவினைவாதிகளுக்கும் போலிசுக்குமான மோதல். பிரிவினைவாதிகளுக்கும் அரசுக்குமான மோதல். கிட்டத்தட்ட பதிமூன்றாயிரம் அப்பாவி மக்கள் இந்த மோதலில் இறந்திருந்தார்கள். ஒரு பேச்சுக்குப் பிரிவினைவாதிகளுடன் யுத்தம் என்று சொன்னாலும் உண்மையில் அது ரஷ்யா நடத்திய மறைமுக யுத்தம்தான். இங்கே காஷ்மீரில் தீவிரவாதக் குழுக்களை அனுப்பி பாகிஸ்தான் செய்வது போல.

இந்த அவலத்துக்கு நீதி கேட்காமல் ஓயமாட்டேன் என்று பதவிக்கு வந்த முதல் நாளே அறிவித்தார் ஸெலன்ஸ்கி. பிரிவினைவாதிகளுக்கு ஆதரவளிக்கும் ரஷ்யாவுடன் சில கட்டப் பேச்சுவார்த்தைகள் நடத்திப் பார்த்தார். இரு தரப்புக் கைதிகளை விடுவித்து அனுப்புவது உள்ளிட்ட சில ஒப்பந்தங்கள் செய்து பார்த்தார். தொடர்ச்சியான பேச்சுவார்த்தைகளுக்கு

அவர் தயாராக இருந்தார். ஆனால் ரஷ்யா ஒருபோதும் உக்ரைனியப் பிரிவினைவாதிகளை ஆதரிக்கக்கூடாது என்கிற நிலைபாட்டில் இருந்து பின்வாங்குவதாக இல்லை.

புதின் எரிச்சலானது இங்கேதான். நேற்றைக்கு முளைத்த சுண்டைக்காய் எதற்காக இத்தனை ஆட்டம் போடுகிறது? ஏதாவது செய்யலாமே.

ஒன்று செய்தார். பிரிவினைவாதிகள் பிடித்து வைத்துக்கொண்டிருந்த உக்ரைனிய நிலப் பரப்பில் வசித்து வந்த மக்களுக்கு ரஷ்ய பாஸ்போர்ட் வழங்கப்படும் என்று அறிவித்தார்.

அதிர்ச்சியடைந்த ஜெலன்ஸ்கி இதன் பிறகுதான் உக்ரைனை எவ்வளவு சீக்கிரம் நேட்டோவில் இணைக்க முடியுமோ, அவ்வளவு சீக்கிரம் இணைத்துவிட வேண்டும் என்று முடிவு செய்தார். அதற்கான ஆயத்தங்களை விரைந்து மேற்கொள்ளத் தொடங்கினார்.

இன்றைய முழுநீள யுத்தத்தின் தொடக்கப் புள்ளி அதுதான்.

12. உத்திகள், திட்டங்கள்

அதிபராகப் பதவி ஏற்ற பின்னர், அதிபர் மாளிகையையாவது அவர் முழுதாகச் சுற்றிப் பார்த்திருப்பாரா என்று தெரியவில்லை. கண்ணை மூடித் திறப்பதற்குள் கோவிட்; இன்னொரு முறை மூடித் திறப்பதற்குள் யுத்தம்.

உண்மையில் போர் தொடங்கிய முதல் சில நாள்களில் உக்ரைன் அதிபர் விளாதிமிர் ஸெலன்ஸ்கிக்கு அவரது உளவுத் துறையும் இதர நட்பு நாடுகளும் அளித்த தகவல்கள் முற்றிலும் வேறு. இந்தப் போர் நெடுநாள் தொடராது. சிறிய அச்சுறுத்தலாக மட்டுமே இருக்கும். மிஞ்சிப் போனால் மூன்று வாரங்களில் முடிந்துவிடும்.

மறுபுறம் புதினுக்கும் அவரது தளபதிகள் அதையே தான் சொன்னார்கள். மிஞ்சிப் போனால் மூன்று வாரம். உக்ரைன் விழுந்துவிடும்.

இந்த மூன்று வார ஆரூடத்தை எந்தக் கட்டங்களை வைத்துக் கணித்தார்கள் என்று தெரியவில்லை. ஆறு மாதங்களாகிவிட்டன. யுத்தம் தொடர்ந்து

கொண்டேதான் இருக்கிறது. இன்றைக்கு ஒரு தரப்புக் கை ஓங்குகிறதென்றால் நாளை மறு தரப்பு. அடுத்த நாள் மீண்டும் பழைய கதை. நடுவே ஸெலன்ஸ்கி எங்காவது போய்ச் சொற்பொழிவாற்றுவார். வீராவேசமாகப் பேசி உதவி கோருவார். விமானங்களும் விமான எதிர்ப்பு பீரங்கிகளும் இதர யுத்த தளவாடங்களும் அமெரிக்காவிலிருந்தும் பிரிட்டனில் இருந்தும் வந்து சேரும். போர் சூடு பிடிக்கும். மீண்டும் சோர்வுறும். திரும்பவும் வீறு கொள்ளும்.

இதைத்தான் இந்த ஆறு மாதங்களில் தினமும் பார்த்துக்கொண்டிருக்கிறோம். முடியுமா, முடியாதா?

ஸெலன்ஸ்கியை எப்படியாவது ராக்கெட் தாக்குதலுக்கு இலக்காக்கிக் கொன்றுவிட்டால் போர் முடிந்துவிடும் என்று இரண்டு மாதங்களுக்கு முன்னர் வரை ரஷ்யா நினைத்தது. அவர் பெரும்பாலும் ரகசிய இடங்களில் தங்கிக்கொண்டு செயல்பட வேண்டியிருந்ததன் காரணம் அதுதான். ஆளில்லா ஒற்று விமானங்களின் மூலம் அடையாளம் வட்டமிடப்பட்டு, பிறகு அதே போன்ற ஆளில்லா விமானம் மூலமாகவே தாக்குதலும் நிகழ்த்திவிட முடியும். சென்ற மாதம் ஆப்கனிஸ்தானில் அல் காயிதாவின் தலைவர் அய்மன் அல் ஜவாஹிரியை அமெரிக்க உளவுத் துறை கொன்றது இப்படித்தான். அமெரிக்காவைக் காட்டிலும் ரஷ்ய உளவுத் துறை இந்த விஷயத்தில் தொழில்நுட்பத் தேர்ச்சி பெற்றது என்று போரியல் வல்லுநர்கள் கருதுகிறார்கள்.

ஆனால் அதிர்ஷ்டவசமாக ஸெலன்ஸ்கிக்கும் அவரது படையினருக்கும் அமெரிக்க உளவுத் துறையின் சகாயம் இருப்பதனால், ரஷ்யாவின் காய் நகர்த்தல்களை முன்கூட்டி யூகித்து அதற்கேற்பச்

செயல்படும்படி செய்கிறார்கள். இல்லாவிட்டால், வெறும் உக்ரைனிய உளவுத் துறைத் தகவல்களை வைத்துக்கொண்டு இவ்வளவு காலம் அவர் பிழைத்திருப்பதெல்லாம் இயலாத காரியம்.

ரஷ்யா இவ்விஷயத்தில் இன்னும் சிறிது கவனமாகச் செயல்பட்டிருக்கலாம் என்று இப்போது புதின் நினைக்கிறார். போரின் தொடக்கத்திலேயே தீவிரம் குவிந்திருக்க வேண்டும். ஆனால் அப்போது ரஷ்யா அதைத் தவறவிட்டுவிட்டது. இப்போது அனைத்துத் தரப்பும் விழிப்புடன் இயங்கும் நிலையில் மேற்சொன்ன ஆளில்லா விமானத் தாக்குதல் உத்தியெல்லாம் நடைமுறை சாத்திய வட்டத்துக்கு வெளியே சென்றுவிட்டது.

மறு உபாயமாக அவர்கள் கீவ் நகரைச் சுற்றி வளைத்து இடைவிடாமல் குண்டு மழை பொழியத் திட்டமிட்டிருக்கிறார்கள். தலைநகரம் விழுமானால் தேசம் விழுவதற்கு அதிக நேரம் எடுக்காது. ஆனால் அது அவ்வளவு எளிதல்ல என்றாலும் ரஷ்யப் படைகளின் இன்றைய முழு முயற்சியும் இதனைக் குறி வைத்தே அமைந்து வருகிறது. அப்படி ஒரு சூழல் வருமானால் ஸெலன்ஸ்கி வெளிநாட்டுக்குத் தப்பிச் செல்லக் கூடும். நேட்டோவின் உறுப்பு நாடு ஏதேனும் ஒன்றனுக்குச் சென்று அங்கிருந்து நாடு கடந்த அரசை நடத்த முயற்சி செய்யலாம்.

ஆனால் ஏற்கெனவே பல லட்சக் கணக்கான உக்ரைனிய அகதிகள் சுற்று வட்டார தேசங்களெங்கும் சென்று நிறைந்திருக்கும் சூழலில் தலைநகரம் விழுந்து, அதிபர் வெளியேறும் சூழல் உண்டாகுமானால் அது அதிகப் பலன் தரக் கூடியதாக இருக்காது. முன்பே பார்த்தோம். ரஷ்யாவின்

கைப்பாவைகளாக உக்ரைனில் எப்போதும் சில சக்திகள் இருந்துகொண்டே-இயங்கிக்கொண்டே இருக்கும். அவர்களைக் கொண்டு ரஷ்யா உடனடியாக ஒரு மாற்று அரசாங்கத்தை அமைக்கத்தான் பார்க்கும். ஒரு ரஷ்ய ஆதரவு உக்ரைனிய அரசு.

இப்படி ஒன்று நடக்குமானால் இதன் விளைவு இப்போதைக் காட்டிலும் மோசமானதாக இருக்கும். எப்படி என்று பிறகு பார்ப்போம். ஆனால், என்ன ஆனாலும் நாட்டை விட்டு வெளியேற மாட்டேன் என்று ஸெலன்ஸ்கி விடாப்பிடியாகத் தலைநகரத்திலேயே இருக்கும் வரை இதற்கான சாத்தியங்கள் குறைவு.

எட்டு மாதங்களுக்கும் மேலாக இப்போர் நீடிக்கும் பட்சத்தில் ரஷ்யப் படைகள் தமது உத்தியைச் சிறிது மாற்றிப் பார்க்கும் சாத்தியங்கள் தெரிகின்றன. நீடித்த போர்களுக்கென்று சில பண்புகள், குணாதிசயங்கள் உண்டு. அதில் முதலாவது, சம்பந்தப்பட்ட இரு தரப்பு வீரர்களையுமே உளவியல் ரீதியில் அடித்து வீழ்த்திவிடுவது. தினசரி கண்ணில் தென்படும் மரணங்களும் இடிபாடுகளும் சிதைவுகளும் அழுகை, ஓலங்களும் அவர்களைச் செயல்பட விடாமல் அடிக்கும். வீரர்களுக்கே அப்படி என்றால் மக்களின் நிலையைச் சொல்ல வேண்டாம் அல்லவா?

அப்படி உளச் சோர்வு உண்டாக்கி உக்ரைனியப் படைகளையும் வீரர்களையும் சலிப்படைய வைத்து, அந்தச் சமயத்தில் ஓர் அதிரடித் தாக்குதல் நடத்தி, அனைத்து முக்கிய நகரங்களையும் ஒரே சமயத்தில் கபளீகரம் செய்வது.

இதற்கு, ரஷ்யப் படைகளும் உளவலு குன்றாமல் இருக்க வேண்டியது அவசியம். ஆனால் புதின்

இதை ஒரு பொருட்டாகவே கருதவில்லை என்கிறது கிழக்கு ஐரோப்பிய மீடியா. எந்தக் கணமும் உக்ரைனுக்குச் சென்று இறுதித் தாக்குதலில் ஈடுபடுவதற்கெனத் தனியே ஒரு பெரும் படையை உக்ரைன் எல்லையோரம் ரஷ்யா ஆயத்த நிலையில் நிறுத்தி வைத்திருப்பதாகத் தெரிகிறது. கவனியுங்கள். இந்தப் படையின் அளவு தெரியாது. எவ்வளவு வீரர்கள், என்னென்ன ஆயுதங்கள், எம்மாதிரியான தாக்குதலுக்குத் தயாராக இருப்பவர்கள் எதுவும் தெரியாது. எப்போது இவர்கள் களம் இறக்கப்படுவார்கள் என்பதும் தெரியாது. இறுதி வரையிலேயேகூட இவர்கள் உக்ரைனுக்குள் நுழையாமல் திரும்பி விடலாம். ஆனால், இப்போது தயாராக இருக்கிறார்கள். ஒரே காரணம் - முன் சொன்ன அந்த 'உளச் சோர்வு'த் தருணத்துக்காக.

இதில் முக்கியமாகக் கவனிக்கப்பட வேண்டிய விஷயம் ஒன்றுண்டு. ரஷ்யப் படைகள், உக்ரைனின் தலைநகரம் தொடங்கி அனைத்து முக்கியமான நகரங்களையும் மிச்சம் வைக்காமல் கைப்பற்றிவிட்டாலுமே, அவற்றைத் தக்க வைத்துக்கொள்வது என்பது பெரும்பாடு. தலைநகரம் விழுந்துவிடும் பட்சத்தில் உக்ரைனிய வீரர்கள் 'இறுதி ஆட்டம்' ஆடிப் பார்த்துவிடவே விரும்புவார்கள். அப்போது போர் முன் காணாத அளவுக்கு உக்கிரமடையும். தற்கொலைத் தாக்குதல்களும் இலக்கணம் மீறிய இதர ரகத் தாக்குதல்களும் எங்கெங்கும் நிகழும். ரஷ்யப் படைகளுக்கு அதைச் சமாளிப்பது அவ்வளவு எளிதாக இராது.

தலைநகரத்தை வீழ்த்தும் அளவுக்குச் சென்றுவிட்டு இறுதியில் தாக்குப் பிடிக்க முடியாமல் ரஷ்ய வீரர்கள் திரும்புவார்களானால் அது பெரும்

அவமானம். அப்படி ஒரு சூழலுக்குப் போக அவர்கள் விரும்ப மாட்டார்கள். ஆப்கனிஸ்தானில் அப்படித்தான் நடந்தது. முஜாகிதீன்களை, அவர்களது முரட்டுத்தனமான கெரில்லா தாக்குதல்களைச் சமாளிக்க முடியாமல்தான் ரஷ்யப் படைகள் திரும்பிச் சென்றன. மீண்டும் சரித்திரம் திரும்ப புதின் விரும்ப மாட்டார் என்பதால் அப்படியொரு அதிரடித் தாக்குதல் திட்டம் இப்போதைக்கு இருக்க வாய்ப்பில்லை என்று தெரிகிறது. போர், இப்போது நடப்பது போலவேதான் நடக்கும். மாதங்கள் நீள்வது பற்றிக் கவலைப்பட மாட்டார்கள்.

அனைத்து விதமாகவும் யோசித்துப் பார்த்தால் இந்தப் போரை நிறுத்தும் வல்லமை புதின், ஸெலன்ஸ்கி, அமெரிக்கா-பிரிட்டன் உள்ளிட்ட நேட்டோ நாடுகளின் தலைமை உள்பட யாரிடமும் கிடையாது. அந்தத் தகுதியும் திறமையும் உள்ள ஒரே தரப்பு ரஷ்ய மக்கள்தாம் என்பது புரியும்.

வினோதமாகத் தோன்றுகிறதா? ஆனால் அதுதான் உண்மை. இன்றைய தேதியில் ரஷ்யாவின் உக்ரைன் மீதான இந்தப் படையெடுப்பின் கோர விளைவுகள் பற்றிய முழுமையான புள்ளிவிவரங்கள் எதுவும் இன்னும் வெளியாகவில்லை. மேலோட்டமாக நாமறிந்த சில தகவல்கள் இவை:

1. எரிபொருள் விலை ஏற்றம்

2. அனைத்துப் பொருள்களின் விலை ஏற்றம்

3. உக்ரைனின் தொழில் நாசம். உற்பத்தி நாசம். பொருளாதார நாசம்.

4. ரஷ்யாவின் மீது ஐரோப்பிய தேசங்களும் அமெரிக்காவும் விதித்திருக்கும் தடைகள்

5. பன்னாட்டு நிறுவனங்கள் தமது ரஷ்யக் கிளைகளை மூடிக்கொண்டதால் அந்நாட்டுக்கு ஏற்பட்ட நஷ்டங்கள்.

6. ரஷ்யாவின் நாணய மதிப்பு வீழ்ச்சி

7. விரைவில் ஆசிய நிலப்பரப்பெங்கும் பரவவிருக்கும் மின்சாரத் தட்டுப்பாடு (சீனாவில் ஏற்கெனவே இது தொடங்கிவிட்டது.)

8. ரஷ்யாவின் தோழமை தேசங்களைக் குறி வைத்து அமெரிக்கா நடத்தவிருக்கும் பொருளாதார யுத்தம்.

9. சர்வதேசக் கச்சா எண்ணெய் விலையில் கணிச மான உயர்வு. அதன் விளைவாகச் சிறிய தேசங்கள் இறக்குமதிக்கு வழியின்றி அவதிப்படுவது.

10. ரஷ்ய ரூபிளின் மதிப்பை ஒன்றுமில்லாமல் ஆக்கும் முயற்சிகள். ரூபிள் வழி வர்த்தகம் செய்யும் தேசங்களைக் குறி வைத்துப் பழி வாங்கும் செயல்திட்டம்.

இவையெல்லாம் இல்லாமல் இல்லை. ஆனால் இவை மட்டும்தான் விளைவுகளா என்றால் நிச்சயமாக இல்லை. இன்னும் பல உண்டு. இவற்றினும் மிகக் கோரமான விளைவுகள். அவை என்னவென்று பார்ப்பதற்கு முன்னால் எப்படி ரஷ்ய மக்களால் மட்டும்தான் இந்த யுத்தத்தை நிறுத்த முடியும் என்பதைப் பார்த்துவிடுவோம்.

ஆள்வோரின் அதிகாரத்தினும் ஆள வைப்போரின் அதிகாரம் பெரிதல்லவா?

13. மன்னன் எவ்வழி

ரஷ்ய மக்கள். புதின் எழுதிய உக்ரைன் யுத்தத் திரைக்கதைக்கு க்ளைமேக்ஸ் எழுதும் தகுதி படைத்தவர்கள் அவர்கள்தாம் என்று பார்த்தோம். ஒருமித்த குரலில் அவர்கள் தமது எதிர்ப்பைத் தெரிவித்து, போருக்கு எதிராக அல்லது புதினுக்கு எதிராகக் குரல் கொடுக்கத் தொடங்கினால் நூல் அல்லது வால் பிடித்து ரஷ்யாவின் புதின் எதிர்ப்பு அரசியல் வல்லுநர்கள் மீதிக் காரியத்தைக் கிரமமாகச் செய்து முடித்துவிடுவார்கள். ரஷ்யாவில் புதின் நீங்கலான பிற அனைத்து அரசியல்வாதிகளுக்கும் இன்றுள்ள பெரும் பிரச்னையே அதுதான். மக்கள் அவரை எவ்வளவு ஆதரிக்கிறார்கள்? அல்லது எவ்வளவு ஏற்கிறார்கள்?

பழைய இரும்புத் திரை கம்யூனிச அரசாக இன்று இல்லை என்று சொல்லப்பட்டாலும் தன்னுடையதைத் தவிர தேசத்தில் வேறு யார் கருத்தும் வெளியே வராமல் பார்த்துக்கொள்வதில் புதின் ஸ்டாலினுக்குத் தாத்தா. அல்லது தனக்கு

சௌகரியமான கருத்துகளை மட்டும் வெளியே பேசி விவாதிக்க விடுவதில் விற்பன்னர். ஒரு பொது வாக்கெடுப்பே நடத்தி மக்கள் கருத்து என்னவென்று கேட்டாலும் புதின் செய்வது சரி என்கிற பதிலே விடையாக வரும்.

உண்மையிலேயே ரஷ்யர்கள் புதினைத்தான் ஆதரிக்கிறார்களா? உக்ரைனில் ரஷ்யா நடத்தும் அட்டூழியமான யுத்தம் சரி என்று நம்புகிறார்களா? இது சிறிது சிக்கல் மிக்க விவகாரம். நிதானமாகத்தான் ஆராய வேண்டும்.

உக்ரைன் மீதான ரஷ்யப் படையெடுப்பு தொடங்கி ஐந்து மாதங்கள் முடிந்துவிட்டன. பிப்ரவரி 2022ல் இந்த யுத்தம் ஆரம்பித்தபோது உலகெங்கும் எழுந்த அதிர்ச்சி அலை ரஷ்யாவிலும் இருந்தது. அதில் சந்தேகமில்லை. 'நாங்கள் ரஷ்ய தேசிய உணர்வுள்ளவர்கள்தாம். ஆனாலும் உக்ரைனுக்காகப் பிரார்த்தனை செய்கிறோம்' என்று பதாகை பிடித்துக் கொண்டு ரஷ்யர்கள் ஊர்வலம் சென்ற காட்சியைக் கண்டோம்.

ஆனால் தொடக்க வாரங்களிலேயே புதின் தமது தேசத்தின் மக்களுக்கு, அவர்கள் நம்பும் தரத்திலான ஒரு சிறந்த கதையைச் சொன்னார். ரஷ்ய-உக்ரைனிய எல்லைப் பகுதிகளான டொனெட்ஸ்க், லுஹான்ஸ்க் போன்ற பிராந்தியங்களில் (இவை உக்ரைனிய நிலப்பரப்புக்கு உட்பட்ட மாகாணங்கள்) ரஷ்யர்களும் அதிக அளவு வசிக்கிறார்கள். (உண்மை: அது ஒரு வித காலனியாக்கம். திட்டமிட்டு ஏற்பாடு செய்யப்பட்ட குடியேற்றங்கள் அதிகம்.) இன வெறி கொண்ட உக்ரைனிய அரசு தனது எல்லையோர மாகாணங்களில் வசிக்கும் ரஷ்யர்களைக்

கொன்று குவிக்கிறது. மிக அதிக அளவில் இனப் படுகொலைகள் அங்கே நடப்பதால்தான் உக்ரைனின் உள்நாட்டு விவகாரத்தில் ரஷ்யா தலையிட வேண்டி நேர்ந்தது. டொனெட்ஸ்க், லுஹான்ஸ்க் போன்ற பிராந்தியங்களின் 'சுதந்திரப் போராட்ட வீரர்களை' ஆதரிக்கும் நிலைபாடு எடுத்தது. உண்மையில், எல்லையோர ரஷ்யர்களைக் காப்பதற்காகத்தான் ரஷ்யா உக்ரைன் யுத்தத்தைக் கையில் எடுத்ததே தவிர நமக்கு வேறு நோக்கமில்லை.

புதின் தனது நாட்டு மக்களுக்கு அறிவித்ததன் சாரத்தை மேற்கண்டபடி சுருக்கலாம். சம்பளம் கொடுத்து வேலைக்கு அமர்த்திய பிரிவினைவாதிகளை சுதந்திரப் போராட்ட வீரர்கள் என்பதும், எல்லையோர ரஷ்யக் காலனி குடியிருப்புவாசிகளை அந்த மண்ணின் மைந்தர்கள் என்று மறு அறிமுகம் செய்வதும் அவர்களது உயிருக்கு ரஷ்யாதான் பாதுகாப்புத் தர வேண்டும் என்று கடமை வீரராகப் பேசுவதும் இன்று நேற்று நடப்பதல்ல. புதின் பதவிக்கு வந்த நாளாக சிறுகச் சிறுக இந்தக் கதையைச் சொல்லிக்கொண்டேதான் வந்திருக்கிறார்.

கம்யூனிசம் வீழ்ந்து, ஜனநாயக சர்வாதிகாரம் என்கிற ஆல் நியூ நான் லீனியர் ஆட்சி முறை நடைமுறைக்கு வந்த நாளாக ஓரளவு நிம்மதிப் பெருமூச்சு விட்டுக்கொண்டிருக்கும் (வேறென்ன. ரொட்டிக்கு க்யூ கட்டி நிற்க வேண்டாம். வீடு வாங்கலாம். நிலம் வாங்கலாம். உங்கள் சொத்தைப் பிடுங்கி அரசு வைத்துக்கொள்ளாது..) மக்கள், புதின் பிராண்ட் தேசிய உணர்வை ரசிக்கத் தொடங்கினார்கள். உக்ரைனுடன் யுத்தம் என்றாலும் அது ரஷ்யர்களின் நலனுக்காக மட்டுமே என்று முன்வைக்கப்பட்ட பிரசாரம் எடுபட ஆரம்பித்தது

யுத்தத்துக்கும் உங்களுக்கும் சம்பந்தமில்லை. அதை அரசு பார்த்துக்கொள்ளும், ராணுவம் பார்த்துக்கொள்ளும். உங்கள் சொகுசுக்கு எந்தக் குறையும் இராது என்று புதின் அரசு தொடர்ந்து மக்களுக்குச் சொல்லி வந்ததும் நல்ல பலன் அளிக்கத் தொடங்கியது. யுத்தம் ஆரம்பித்த மிகச் சில நாள்களுக்குள் பல பன்னாட்டு வர்த்தக நிறுவனங்கள் ரஷ்யாவில் தம் கடையை மூடிவிட்டுக் கிளம்பிப் போனது நினைவிருக்கிறதல்லவா? ஆனால் மூடிய கடைகள் மூடியதாக இல்லை. அதே பெயர். அதே பிராண்ட். அதே இடங்களில் அரசாங்கம் வேறு உள்ளூர் வியாபாரிகளுக்குக் குத்தகை விட்டுக் கடையைத் தொடரச் சொல்லிவிட்டது. கேஎஃப்சி என்ற பெயரில் யாரோ ஒரு குப்புசாமியோ கோவிந்தசாமியோ கடை நடத்தினால் யாருக்குத் தெரியப் போகிறது? கேஎஃப்சி கேஸ் போடாதா என்றால், அதை நான் பார்த்துக்கொள்கிறேன் என்று சொல்லிவிட்டார் புதின்.

கவனியுங்கள். ரஷ்யாவின் மூத்த குடிமக்கள் அனைவருமே புதினின் இந்த அதிரடியை இன்று ரசிக்கிறார்கள். அமெரிக்கா உள்பட உலக நாடுகள் அனைத்தும் எதிர்த்து நின்றாலும் ஒண்டியாளாகத் தாக்குப் பிடிக்க முடியும் என்று காட்டுகிற அவரது திமிர் அவர்களுக்குப் பிடித்திருக்கிறது.

இன்னொன்று, யுத்தம் தன் நாட்டு மக்களின் அன்றாட வாழ்வை பாதிக்காது என்பதை நிரூபிப்பதற்குப் புதின் அரசு ஏராளமான நடவடிக்கைகள் எடுத்து வருகிறது. விழாக்கள், கேளிக்கைகள், ஊக்கப் பரிசுகள், உடல் நலம் பேணும் முகாம்கள், உணவுத் திருவிழாக்கள் என்று என்னென்னவோ முயற்சி செய்கிறார்கள். அதே சமயம், போருக்கு எதிரான கருத்துகளை

முன்வைப்பதும் ராணுவத்துக்கு எதிரான பிரசாரம் மேற்கொள்வதும் சட்டப்படி தடுக்கப்பட்டிருக்கிறது. மீறினால் பதினைந்து ஆண்டுகள் சிறை என்று புதின் சொல்லியிருக்கிறார்.

இதனால் கருத்துக் கணிப்பு நடத்துகிற ஊடகங்கள், பத்திரிகைகள் அனைத்தும் வாய்மூடி நிற்க வேண்டியதானது. நடத்தித்தான் பார்ப்போம் என்று விளையாட்டாகக் கூட ஒன்றும் செய்துவிட முடியாது. மாறாக, அதே ஊடகங்கள் போருக்கு ஆதரவாகக் கூட வேண்டாம்; புதினுக்கு எதிராக அல்லாமல் என்னத்தையாவது எழுதியும் பேசிக்கொண்டும் இருந்தால் பல சொகுசு சௌகரியங்கள் அரசுத் தரப்பில் இருந்து செய்து தரப்படும்.

சென்ற வாரம் எடுக்கப்பட்ட ஒரு கருத்துக் கணிப்பின் அடிப்படையில் ரஷ்யர்களில் மூன்றில் இரண்டு பகுதியினர் போருக்கு ஆதரவான மனநிலையிலேயே இருப்பதாகச் சொல்லப்பட்டது. இது, 2003 மார்ச்சில் அமெரிக்கா இராக் மீது படையெடுத்தபோது பெரும்பாலான அமெரிக்கர்கள் அதை ஆதரிப்பதாகச் சொல்லப்பட்டதற்கு நிகரானது.

பிழை புதின்மீது அல்ல. நடக்கும் யுத்தத்துக்கும் அனைத்துக் களேபரங்களுக்கும் அமெரிக்காவே காரணம். நேட்டோ உறுப்பு நாடுகள் காரணம். உக்ரைனை அவை பகடைக் காயாகப் பயன்படுத்திக் கொண்டு, தேவையில்லாமல் ரஷ்யாவைச் சீண்டி விளையாட ஆரம்பித்துவிட்டன என்றே பெரும்பாலான ரஷ்யர்கள் கருதுகிறார்கள்.

ஆனால் இந்தப் பெரும்பான்மை என்பது மூத்த குடி மக்கள்தாம் என்பதை நினைவில் கொள்ள வேண்டும். ரஷ்ய மக்கள் தொகையிலேயே அவர்கள்தாம்

பெரும்பான்மை. இளம் தலைமுறை ரஷ்யர்கள் போர் எதிர்ப்பாளர்களாகவே உள்ளார்கள். இந்தப் போர் நியாயமற்றது என்பது அவர்கள் எண்ணம். ஆனால் மிக நிச்சயமாக இதில் ரஷ்யாதான் வெல்லும் என்பதில் அவர்களுக்குச் சந்தேகமில்லை.

இனப் படுகொலை, நேட்டோ என்று ரஷ்யத் தரப்பு உலகுக்குச் சொல்கிற யுத்தக் காரணங்கள் ஒரு புறம் இருந்தாலும் புதின் தனது மக்களுக்குத் திரும்பத் திரும்ப எடுத்துச் சொல்கிற காரணம் வேறொன்று உண்டு. அது, உக்ரைன் அரசின் ரகசிய அணு ஆயுதத் திட்டங்கள். கடந்த மாதம் உக்ரைனின் இரண்டு முக்கியமான அணு உலைகளை ரஷ்யத் துருப்புகள் கைப்பற்றிய சமயத்தில் புதின் இதனை மீண்டும் சொன்னார். உக்ரைன் அணு ஆயுத உற்பத்தியில் ஈடுபட நினைக்கிறது. இது அண்டை நாடுகளுக்கு அபாயம். மேற்குலகம் இதனை ஆதரிக்க ஒரே காரணம், அவர்கள் அனைவரும் ரஷ்யாவை எதிரியாக நினைப்பதுதான்.

ஒவ்வொரு வெற்றிகரமான ஆட்சியாளரும் தமது மக்களை நம்ப வைப்பதற்குப் பிரத்தியேகமாகச் சில உபாயங்கள் வைத்திருப்பார்கள். என்ன சொன்னால் எதிர்ப் பேச்சே இருக்காது என்பது அவர்களுக்குத் தெரியும். ரஷ்யர்களைப் பொறுத்தவரை அண்டை நாட்டில் அணு ஆயுதம் என்பது அதிகபட்ச அச்சுறுத்தல் செய்தி. ரஷ்யாவிடம் அணு ஆயுதம் இல்லையா என்பது பற்றி அவர்களுக்குக் கவலையில்லை. உக்ரைனிடம் இருந்தால் தமக்குப் பிரச்னை என்பதில் அவர்களுக்கு மாற்றுக் கருத்தே கிடையாது என்பதுதான் பிரச்னை. அணு ஆயுத உற்பத்தி செய்கிற அளவுக்கு உக்ரைனிடம் வசதி உண்டா, அவர்களால் உருளைக் கிழங்கை முதலில்

ஒழுங்காகப் பயிரிட்டு வியாபாரம் செய்து சம்பாதிக்க முடிகிறதா என்றெல்லாம் யோசிக்கிற மனநிலையில் அவர்கள் இல்லை. அமெரிக்கா ஓர் அயோக்கிய தேசம். அது என்ன வேண்டுமானாலும் செய்யும். உக்ரைனில் அணு ஆயுத உற்பத்தி செய்து அதைக் கொண்டு ரஷ்யாவை மிரட்டும். எனவே யுத்தம் சரி.

போர் தொடங்கிய உடனேயே ரஷ்யாவின் மீது அமெரிக்காவும் இதர ஐரோப்பிய தேசங்களும் விதித்த பொருளாதாரத் தடைகளும் ரஷ்ய மக்கள் மத்தியில் மிகுந்த கசப்புணர்வை உண்டாக்கியிருக்கிறது. இரு தரப்பில் யார் சரி என்று அலசி ஆராயக் கூட அவகாசம் எடுத்துக்கொள்ளாமல் யுத்தம் தொடங்கிய மறு நாளே பொருளாதாரத் தடைகள் என்றால் இது திட்டமிட்ட நடவடிக்கைதான் என்று அவர்கள் கருதுகிறார்கள். எந்தத் தடையையும் ரஷ்யா சமாளிக்கும் என்று அறிவித்துவிட்டு, புதின் தன் பங்குக்கு மேற்குலகுக்கு எரிபொருள் தர மாட்டேன் என்று பயமுறுத்தியது, உள்ளூரில் அவரது செல்வாக்கை இன்னும் உயர்த்தியிருக்கிறது. ரஷ்யாவுடன் எந்த வித வர்த்தகமென்றாலும் இனி அது ரஷ்ய நாணயத்தில்தான் நடக்க வேண்டுமே தவிர அமெரிக்க டாலரில் அல்ல என்று அறிவித்தது மேலும் மக்கள் ஆதரவைக் கூட்டியிருக்கிறது.

கடந்த மார்ச் மாத இறுதியில் பொருளாதாரத் தடைகளைக் கண்டு கவலை கொண்ட ரஷ்யர்கள் நாற்பத்தாறு சதவீதம் பேர் என்று ஒரு புள்ளிவிவரம் வெளிவந்தது. இன்றைக்கு அது முப்பத்தெட்டு சதவீதமாகச் சரிந்திருக்கிறது. தடைகள் ஓரளவு பிரச்னை தரக்கூடியவைதான். ஆனால் புதின் கூடுமானவரை அது அடிப்படைத் தேவைகளின் பக்கம் சரியாமல் பார்த்துக்கொள்கிறார். விமான

நிறுவனங்கள், விளம்பர நிறுவனங்கள், கார், மோட்டார் உற்பத்தி நிறுவனங்கள் போன்றவை இந்த மேற்குலகப் பொருளாதாரத் தடைகளால் அதிக அளவு பாதிக்கப்பட்டிருக்கின்றன. ஆனால் இவை எதுவுமே மக்களின் அன்றாட வாழ்வைப் பெரிய அளவில் பாதிப்பதில்லை என்பதைக் கவனியுங்கள். பொதுவானவிலைவாசிஉயர்வுஇருக்கவேசெய்கிறது என்றாலும் உலகம் முழுவதுமே அது இப்போது அப்படித்தான் உள்ளது என்று திரும்பத் திரும்ப அரசு ஊடகங்கள் சொல்லிக்கொண்டிருக்கின்றன.

புதினைக் கண்ணை மூடிக்கொண்டு ஆதரிக்கும் ரஷ்யாவின் மூத்த குடி மக்கள் அத்தனைப் பேரும் சொல்வது ஒன்றைத்தான். ரஷ்யா ஒருபோதும் போரைத் தொடங்காது. போர் அதன் மீது திணிக்கப்பட்டால்தான் பதில் தாக்குதல் நடத்தும்.

ஆனால் இந்தப் போர் ரஷ்யா தொடங்கியதல்லவா?

என்றால், அது நமது பார்வை. ரஷ்யர்களின் பார்வை வேறு. எட்டாண்டுக் காலமாகத் திட்டமிட்டு நேட்டோ ஆரம்பித்த யுத்தம் இது. தாக்குதலுக்கு உக்ரைன் ஒரு பாதை மட்டுமே.

இதுதான் இன்றைய பெரும்பாலான ரஷ்யர்களின் மனநிலை. எனவே புதின் பதவி விலகவோ, அதன் மூலமாக யுத்தம் ஒரு முடிவுக்கு வரவோ ரஷ்ய மக்கள் உதவ வாய்ப்பே இல்லை.

14. சர்வ நாச பட்டன்

அமெரிக்க-ரஷ்ய பனிப்போர் அதன் உச்சத்தை நெருங்கிக்கொண்டிருந்த சமயம். ரஷ்யாவின் அணு ஆயுத சொகுசு சௌகரியங்களைக் கண்காணிப்பதற்கென்று அமெரிக்காவும் அதன் தோழமை (ஐரோப்பிய) தேசங்களும் இணைந்து ஒரு நிழல் உளவுத் துறையையே உருவாக்கிச் செயல்பட வைத்திருந்தன. இது ரெகுலர் உளவுத் துறையல்ல. அணு விஞ்ஞானிகள், கப்பல் கேப்டன்கள், அனுபவம் மிக்க போர் விமானிகள், சி.ஐ.ஏ அதிகாரிகள், ஆயுதவியல் வல்லுநர்கள், இதர தேசங்களின் பல்வேறு (அவசியப்பட்ட) துறைகள் சார்ந்த விற்பன்னர்களை உள்ளடக்கிய ஒரு மாதிரி 'பாரா உளவுத் துறை' என்று வைத்துக்கொள்ளுங்கள்.

இந்த ரகசிய உளவுப் பிரிவு குறித்து வாய் வார்த்தையாகச் செய்திகள் வந்தனவே தவிர அப்படியொரு பிரிவு அன்றைக்கு இருந்ததா இல்லையா, என்ன செய்தது என்பதற்கெல்லாம் ஆவண ஆதாரங்கள் கிடையாது. ஆனால் ரஷ்யாவின்

அணு ஆயுத வசதிகளைக் குறித்துத் தகவல் அறியும் ஆர்வம் அத்தனை ஐரோப்பிய தேசங்களுக்கும் அன்றைக்கு இருந்தது. அமெரிக்காவைப் பற்றிக் கேட்கவே வேண்டாம்.

ஐரோப்பாவுக்கு அச்சுறுத்தல் என்ற ஒன்று வருமானால் அது ரஷ்யாவினால்தான் என்பதில் அவர்கள் யாருக்கும் சந்தேகமில்லை. ஹிட்லர் மறைந்த பின்பு ஜெர்மனியை நினைத்துக் கவலைப்படுவதை நிறுத்திவிட்டு உலகம் ரஷ்யாவைக் குறித்தே தியானம் செய்ய ஆரம்பித்திருந்தது.

ஆனால் வினோதம் என்னவென்றால் மேற்படி அணு ஆயுத சிறப்பு உளவுத் துறை தன் வாழ்நாளில் உருப்படியாக ஒரு துப்புகூடக் கொடுத்ததில்லை. ரஷ்யாவின் அணு ஆயுத வசதி என்ன, அதை அவர்கள் பயன்படுத்தும் திட்டத்தில் உள்ளார்களா, என்றால் எப்போது, எங்கே - ம்ஹூம். ஒரு தகவலும் கசிந்ததில்லை.

இது *1975-80* காலக்கட்டத்து நிலவரம். நாற்பதாண்டுகள் ஆனபின்பும் ரஷ்யா அப்படியேதான் இருக்கிறது. என்ன செய்யப் போகிறது? என்ன திட்டம் வைத்திருக்கிறது? எங்கே அடி? யாருக்கு அடி? ஒரு தகவலும் கிடையாது. ஆனால் உக்ரைன் மீது அத்தேசம் படையெடுத்த மறு நாளில் இருந்தே ஆரம்பித்துவிட்டார்கள். போரில் ரஷ்யா அணு ஆயுதங்களைப் பயன்படுத்தும். அனைத்துத் தரப்பினரும் எச்சரிக்கையாக இருக்கவும்.

ரஷ்யாவுக்கு எதிரான அத்தனை ஐரோப்பிய தேசங்களும் தமது செயற்கைக் கோள்களை ரஷ்ய இலக்குகளை நோக்கியே இப்போது திருப்பி வைத்திருக்கின்றன. ஏதாவது நகர்வுகள் தெரிகிறதா?

அபாயகரமான அசைவுகள் உண்டா? அணு உலைகள், கிடங்குகள் பக்கம் சந்தேகத்துக்கு இடமான சலனங்கள் இருக்கின்றனவா?

மேற்படி ஐரோப்பிய நாடுகளுக்கெல்லாம் ஒரு படி மேலே சென்று பிரிட்டன் அணு ஆயுதம் தாங்கிய நீர்மூழ்கிக் கப்பல் பிரிவு ஒன்றையே முடுக்கி விட்டிருக்கிறது. எப்போதும் தயாராக இருக்கவும். எந்தக் கணமும் தாக்குதலுக்கு ஆயத்தமாக இருக்கவும்.

விளாதிமிர் ஸெலன்ஸ்கிக்குச் சிரிப்பதா அழுவதா என்று தெரியவில்லை. உண்மையில் உக்ரைன் தான் யுத்த பூமி. அழிவுகள் நடந்துகொண்டிருப்பது அங்கேதான். உக்ரைனை ஒரு பகடைக்காயாக வைத்து ரஷ்யாவுக்கும் நேட்டோவுக்கும் இடையில் நடக்கும் யுத்தம் என்பது வரை விதவிதமாக இதனைத் துலக்கி விளக்கியாகிவிட்டது. ஆறு மாதங்களாகியும் ஒரு முடிவுக்கு வராமல் நீண்டுகொண்டிருக்கும் போரை நிறுத்த இந்தக் கணம் வரை யாருக்கும் தெரியவில்லை.

இதனிடையே உக்ரைனின் அதிசக்தி வாய்ந்த அணு உலைக் கேந்திரமான *Zaporizhzhia*வை ரஷ்யப் படைகள் ஆக்கிரமித்துவிட்டதைச் சில அத்தியாயங்களுக்கு முன்னர் பார்த்தோம். இந்தக் கணம் ரஷ்யாவின் முன் உள்ள சாத்தியங்கள் இரண்டு. அநேகமாக ஐரோப்பாவில் பாதியை உருத்தெரியாமல் அழித்துவிடக் கூடியபடி அந்த அணு உலைக் கேந்திரத்தில் சொக்கப்பனை கொளுத்திவிடுவது. என்ன பெரிய அணு ஆயுதம்? என்ன பெரிய நீர் மூழ்கி? உன் குடியே மூழ்கிப் போக என்னிடம் ஒரு வழி இருக்கிறது பார் என்று காட்டலாம்.

அல்லது ஒட்டுமொத்த உக்ரைனுக்கும் மின்சாரம் தந்துகொண்டிருக்கும் அந்த இதயப் பிரதேசத்தில்

ஒரே ஒரு பவர் ஸ்விட்சை ஆஃப் செய்துவிட்டால் போதும். சோலி முடிந்துவிடும். மொத்த நாடும் பிறகு இருட்டுக்குப் பழகிக்கொள்ள வேண்டியதுதான். தவிர மிச்சம் மீதி அங்கொன்றும் இங்கொன்றுமாக நடக்கும் சிறிய தொழில்களும் நின்று போகும்.

ஆனால் ரஷ்யா செய்ததா என்றால் இல்லை. ஏன் செய்யவில்லை?

இதன் காரணம் மிகவும் நுட்பமானது.

சில மாதங்களுக்கு முன்னர் ஐநாவுக்கான அமெரிக்க தூதர் லிண்டா தாமஸ் ஒரு விஷயம் சொன்னார். ரஷ்யா பயந்திருக்கிறது. தன்னைத் தற்காத்துக்கொள்வதற்காகவே அணு ஆயுதங்களைப் பயன்படுத்த நேரலாம் என்பது போன்றதொரு தோற்ற மயக்கத்தை உலகுக்கு உருவாக்கப் பார்க்கிறது. உண்மையில் அதன் ரகசியச் சதித் திட்டம் வேறாக இருக்கவே வாய்ப்பு அதிகம்.

ஆனால் ரஷ்யாவின் நடவடிக்கைகளில் இப்போது ரகசியம் ஏதுமில்லை. அது தெளிவாக இருக்கிறது. அன்றைக்கு அமெரிக்கா சொன்ன அதே சொல்தான். வெளிப்படையாகச் சொல்லவில்லை என்பது மட்டும்தான் வித்தியாசம். ஒன்று நீ என் பக்கம். அல்லது எதிரியின் பக்கம்.

நீங்கள் ஒரு விஷயம் கவனிக்கலாம். சரித்திரம் காணாத அளவுக்கு இப்போது இந்தியா ரஷ்யாவிடம் இருந்து கச்சா எண்ணெய் இறக்குமதி செய்கிறது. அதுவும் எப்படி? அதே சரித்திரம் காணாத சகாய விலைக்கு. ஏனென்றால், உக்ரைன் யுத்தத்தில் இந்தியாவின் நிலைபாடு ஒரு சிறந்த வாழைப்பழ மில்க் ஷேக்கை நிகர்த்ததாக இருப்பதுதான். மோடி ஒரு வார்த்தை

சொல்ல வேண்டுமே? ம்ஹூம். ரஷ்யாவுக்கும் உக்ரைனுக்கும் சண்டை இன்னும் நடக்கிறதா என்று கேட்காத குறைதான். இறையாண்மை எல்லாம் இங்கே சரியாக இருந்தால் போதும். எங்கோ யாருக்கோ என்ன நடந்தால் என்ன?

ரஷ்யாவின் எந்த ஒரு அத்துமீறலையும் இந்தியா கண்டிக்காததோடு மட்டுமின்றி, ரஷ்யாவுடனான வர்த்தக உறவுகளையும் சீராகப் பராமரிப்பதில் கவனம் செலுத்துவது ஒன்றே இந்தத் தடையற்ற கச்சா எண்ணெய் சப்ளைக்கு முக்கியக் காரணம்.

இந்தியாவுக்கு மட்டுமல்ல. சீனா, வட கொரியா போன்ற இதர சில தேசங்களுக்கும் ரஷ்யா இந்தக் கைம்மாறைத் தவறாமல் செய்கிறது.

இருக்கட்டும். *Zaporizhzhia* அணு உலை மைய விவகாரத்தை முடித்துவிடுவோம். அது இப்போது ரஷ்யாவின் கரங்களில் உள்ளது. உக்ரைனின் ஒரே உருப்படியான அணு உலைக்கேந்திரம். ஐநா தொடங்கி சர்வதேச அணு ஆயுதக் கட்டுப்பாட்டு அமைப்பு வரை எச்சரித்துக் கேட்டுக்கொண்டதால்தான் ரஷ்யா அதை இன்னும் ஒன்றும் செய்யாமல் விட்டு வைத்திருக்கிறது என்பது போல நமக்குச் செய்திகள் வந்தாலும் உண்மை நிலவரம் வேறு.

ரஷ்யா உண்மையிலேயே அதை ஒன்றும் செய்ய விரும்பவில்லை என்பதே அது. ஓர் அணு உலை தன் வசப்படும்போது அதை அழித்து நாசமாக்கி, தானும் கெட்டு தரணியையும் கெடுத்துப் பார்க்கும் அளவுக்கு புதினுக்கு முற்றிவிடவில்லை. மாறாக, *Zaporizhzhia*ஐப் பிடித்து வைத்திருக்கும் வரை நேட்டோ தன் வாலைச் சுருட்டி வைத்திருக்கும் என்பதே அவர் கணக்கு. பத்தாயிரம் வீரர்களைப் புதிதாகக் களமிறக்கி,

ஆயிரக் கணக்கில் ராணுவத் தளவாடங்களைச் சேர்த்தனுப்பி அடித்து ஆடுவதினும் இது சக்தி மிக்க சாகசம். நீ ரொம்ப ஆடினால் நான் சர்வநாச பட்டனை அழுத்திவிடுவேன் என்று மிரட்டியே காரியங்களைச் சாதித்துக்கொள்ளலாம் அல்லவா?

ஆனால் இந்தக் கணக்கை யோசித்து அணு உலையை ரஷ்யாவிடம் இருந்து மீட்க முயற்சி செய்யாமல் இருக்க முடியாது. உக்ரைன் படைகளின் இன்றைய தலையாய பிரச்னை அதுதான். *Zaporizhzhia* அணு உலை மையத்தைச் சுற்றி உள்ள பகுதிகளெங்கும் யுத்தச் சத்தம் காதைப் பிளக்கிறது. எப்போதும் குண்டு வெடிப்பு. துப்பாக்கி வெடிப்பு. ஆம்புலன்ஸ்களின் அலறல். இரு தரப்பும் கண்மண் தெரியாத வெறியுடன் மோதிக்கொண்டிருக்கிறார்கள். ஏதாவது விபரீதமாகி உலை இருக்கும் பக்கம் ஒரு கொள்ளிக் கட்டை போய் விழுந்தால் கதை முடிந்துவிடும். அதற்குப் பயந்து யுத்தம் செய்யாதிருந்தால் அணு உலையை விட்டுக் கொடுத்ததாகிவிடும்.

ஐநாவின் பாதுகாப்பு கவுன்சில் இதனைக் குறிப்பிட்டுத்தான் கதறித் தீர்க்கிறது. ஏதாவது செய்யுங்கள். எப்படியாவது அங்கே சண்டையை நிறுத்துங்கள்.

எதை நிறுத்துவது? ரஷ்யா செய்வது அப்பட்டமான ப்ளாக் மெயில். அணு உலையை வெடிக்கச் செய்துவிடுவேன் என்று மிரட்டியே மொத்த ஐரோப்பாவையும் பணிய வைக்கப் பார்க்கிறது என்கிறார் உக்ரைன் அதிபர். புதின் சொல்வது முற்றிலும் வேறு பேய்க் கதை.

நாங்கள் அங்கே ஆயுதங்களைப் பயன்படுத்துவதே இல்லை. கைப்பற்றிய அணு உலைக் கேந்திரத்தில்

ரஷ்யப் படைகள் இருக்கின்றன என்பது உண்மை. ஆனால் நாங்கள் தற்காப்பு யுத்தம் கூடச் செய்வதில்லை. குண்டு போட்டுத் தாக்குவதெல்லாம் உக்ரைன் தான் என்கிறார்.

இதையும் ஒரு நியாயமாக எடுத்துக்கொண்டு இந்தியா போன்ற தேசங்கள் ரஷ்யாவின் பக்கம் நிற்பதுதான் இருபத்தோறாம் நூற்றாண்டின் இணையற்ற அவல நகைச்சுவை.

15. முடியாத யுத்தம்

ஐரோப்பியக் கண்டத்தின் மிகப் பெரிய நாடு. இயேசுநாதர் பிறப்பதற்கு முப்பதாயிரம் ஆண்டுகளுக்கு முன்பிருந்தே மனிதக் குடியேற்றம் நிகழ்ந்த பிராந்தியம் என்று தொல்லியல் ஆய்வுகள் சொல்கின்றன. தனிச் சிறப்பு என்று சொல்லிக்கொள்ள எதுவுமில்லை என்பதனாலேயே ஒரு தேசத்தின் எல்லைகளை ஆளுக்குக் கொஞ்சமாகப் பிய்த்துக்கொள்வது நியாயமற்றது அல்லவா?

சென்ற வாரம் காலமான சோவியத் யூனியனின் கடைசி அதிபர் கோர்பசேவ், இந்த உக்ரைன் யுத்தம் தொடங்கியபோது கஷ்டப்பட்டுக் கண்ணீரை அடக்கிக்கொண்டு மென்மையான சொற்களில் அதை வன்மையாகக் கண்டித்தது நினைவிருக்கலாம். அதற்குப் பழி தீர்க்கும் விதமாக அவரது இறுதிச் சடங்கில் புதின் கலந்துகொள்வதைத் தவிர்த்ததெல்லாம் சரித்திர அபத்தம்.

கோர்பசேவுக்கு உக்ரைனியர்களின் வலி தெரியும். ஏனெனில் அவர் அந்த எல்லையோரக் குடும்பம்

ஒன்றிலிருந்து தோன்றி வந்தவர். ரஷ்யப் புரட்சிக்குப் பிறகு பிறந்தவர்தான் என்றாலும் தமது இளம் வயதில் ஸ்டாலின் உக்ரைனிய நிலப் பகுதியில் நிகழ்த்திய அத்தனை அட்டூழியங்களையும் கண்டவர். கம்யூனிஸ்ட்தான்; சோவியத் சித்தாந்தப் பற்று மிக்கவர்தான்; சோவியத் கம்யூனிஸ்ட் கட்சியின் பொதுச் செயலாளராகவே இருந்தவர்தான். ஆனாலும் உக்ரைனிய உயிர் அது. அதனால்தான் மீண்டும் ஒருமுறை தனது மண் தாக்கப்பட்டபோது துடித்துப் போய் யுத்தம் வேண்டாம் என்று சொன்னார்.

காலமானவரை விட்டுவிடலாம். இக்காலத்தின் சாட்சியாக இருக்கும் யார் தடுத்தும் இப்போதைக்கு உக்ரைன் யுத்தம் ஓயப் போவதில்லை என்பது தெரிந்துவிட்டது. யாருக்காவது அதைத் தடுக்கும் உத்தேசம் இருக்கிறதா என்பதேகூட சந்தேகத்துக்கு இடமானதுதான். உக்ரைன் மீதான ரஷ்யாவின் விருப்பு வெறுப்புகளைத் தாண்டி இது மீண்டும் வல்லரசுகளின் பலப் பரீட்சைக் களமாகிவிட்டது.

இம்மாத இறுதியில் ஐக்கிய நாடுகள் சபையின் மாநாடு ஒன்று நியூ யார்க் நகரில் நடைபெற உள்ளது. அதில் கலந்துகொள்வதற்காகத் தனது வெளியுறவுத் துறை அமைச்சர் தலையில் சுமார் அறுபது அறுபத்தைந்து பேருக்கு விசாவுக்கு விண்ணப்பித்திருந்தது ரஷ்யா. இந்தக் கணம் வரை யாருக்கும் அமெரிக்கா விசா தரவில்லை. அந்தப் பக்கம் ஜெர்மனிக்கு அனுப்பிக்கொண்டிருந்த எரிவாயுவை முற்றிலுமாக நிறுத்திவிட்டு, குழாய்களை இழுத்து மூடிக்கொண்டது ரஷ்யா.

உக்ரைனின் சுதந்தர தின விழாவை ஒட்டி பிரிட்டனும் அமெரிக்காவும் போட்டி போட்டுக்கொண்டு

அந்நாட்டுக்கு நிதி உதவிகள் செய்திருக்கின்றன. மறுபுறம் இரவு பகலாக ரஷ்யா உக்ரைன் மீது ராக்கெட் தாக்குதல் நடத்தி ஊர் ஊராக, வீதி வீதியாக, சந்து சந்தாக சர்வ நாசம் செய்துகொண்டிருக்கிறது. விவசாயம், தொழில், கல்வி, ஏற்றுமதி அனைத்தும் இறந்துவிட்டன. இந்தக் கணம் போர் நின்றாலும் உக்ரைன் மீண்டு எழுவதற்கு இன்னும் பத்தாண்டுகள் பிடிக்கும்.

ஒரு வல்லரசுக்குப் பக்கத்து நாடாக இருப்பதுதான் எத்தனைப் பாடு! 1994ம் ஆண்டு முதல் முதலில் உக்ரைன் நேட்டோவுடன் இணையலாம் என்று முடிவு செய்த கணத்தில் அதற்குச் சனி பிடித்தது. அதை நேரடியாகச் செய்திருக்கலாம். மாறாக, இந்தப் பக்கம் நேட்டோவுடன் கூட்டு; அந்தப் பக்கம் ரஷ்யாவுடன் ஒரு வரையறுக்கப்பட்ட ராணுவ ஒப்பந்தம் என்று இரண்டுங்கெட்டான் நிலை எடுத்ததன் விளைவை இன்று உக்ரைனியர்கள் அனுபவிக்கிறார்கள்.

மக்களைக் குறை சொல்வதற்கில்லை. உக்ரைன் அரசியல் என்பது பெரும்பாலும் ரஷ்யாவால் தீர்மானிக்கப்படுவது. கண்ணசைவு, கையசைவு எல்லாம் அங்கே இருக்கும். இங்கே ஆட்டுவிக்கும்படி ஆடுகிற பொம்மைகளே அதிகாரத்தில் அமரும்.

இதற்குப் பேசாமல் ரஷ்யாவுடன் இணைந்துவிட்டுப் போய்விடலாம் என்று எளிய மனங்கள் நினைக்கலாம். அது அவ்வளவு எளிதல்ல. சரித்திரம் முழுதும் உக்ரைனியர்கள் ரஷ்யர்களால் பாதிக்கப்பட்டு வந்திருக்கிறார்கள். மற்ற மூன்று திசை ஆக்கிரமிப்பாளர்களும் அவரவர் பிழைப்பைப் பார்த்துக்கொண்டு போய்விட்ட போதிலும் ரஷ்யா இன்றுவரை உக்ரைன் மீது கண் வைத்திருப்பதற்கு,

முன்பே கண்டபடி அதன் வளங்கள் காரணம். தவிர, 1994ல் உக்ரைன் பிள்ளையார் சுழி போட்ட நேட்டோ நடவடிக்கைக்கு 2008ல் பச்சை விளக்கு எரியத் தொடங்கியது.

உக்ரைன் நேட்டோவுடன் இணைந்துவிட்டால் அது ரஷ்யாவுக்கு மிக நேரடியான அச்சுறுத்தல் என்று புதின் நினைத்தார். நேட்டோ என்பதே ராணுவ ஒப்பந்தம்தானே? தனது உறுப்பு நாடு எது ஒன்றுக்குப் போர் அச்சுறுத்தல் வந்தாலும் நேட்டோவின் பிற நாடுகள் உடனே படையனுப்பி உதவி செய்யும். அப்படிப் பார்த்தால் உக்ரைனில் அமெரிக்கா, பிரிட்டன் தொடங்கி அத்தனை ஐரோப்பிய தேசங்களின் படைகளும் வந்து உட்காரும். ரஷ்யாவின் பின்வாசல் முழுதும் உலக ராணுவமாகிவிடும்.

இந்த அச்சம்தான் உக்ரைன் நேட்டோவில் இணையக் கூடாது என்று ரஷ்யா நினைத்ததன் அடிப்படை. தனது அச்சத்தை அத்தேசத்துக்கு அளிப்பதற்காக ரஷ்யா மேற்கொண்ட நடவடிக்கையே உக்ரைனிய நிலப்பரப்பான கிரீமிய தீபகற்பத்தின் மீது நிகழ்த்திய தாக்குதலும் அதனைத் தொடர்ந்த ஆக்கிரமிப்புகளும்.

தன் தரப்புக்கு ரஷ்யா காட்டுகிற முன்னுதாரணங்கள், நார்வே, ஸ்வீடன், பின்லாந்து போன்ற தேசங்கள். இவை ஐரோப்பிய தேசங்கள்தாம். ஐரோப்பிய ஒன்றியத்தில் உள்ளவைதாம். ஆனாலும் நேட்டோவில் உறுப்பினர்களாக இல்லை. அதே சமயம் என் மீது நீ போர் தொடுக்கக்கூடாது; நானும் உன் பக்கம் வாலாட்ட மாட்டேன் என்று அக்கம்பக்கத்தில் உள்ள அத்தனை தேசங்களுடனும் ஒப்பந்தம் செய்திருக்கின்றன. நடுநிலை நாடுகள் என்று சொல்லப்படுகிற இந்த மூன்று ஐரோப்பிய

நாடுகளையும் முன்மாதிரியாகக் கொண்டு, உக்ரைனும் தனது கொள்கைகளை வகுத்துக்கொள்ள வேண்டும் என்பது ரஷ்யாவின் நிபந்தனை.

உக்ரைன் இதனைச் செய்யுமானால் இன்றைக்கு வரிந்து கட்டிக்கொண்டு ஆயுத உதவி செய்துகொண்டிருக்கும் அமெரிக்காவும் பிரிட்டனும் பிறகு அதனைச் செய்யாது. அமெரிக்காவும் பிரிட்டனும் கைவிடும் நிலைபாட்டை எடுக்குமானால் இதர அனைத்து ஐரோப்பிய தேசங்களும் ஒன்றன் பின் ஒன்றாகக் கைகழுவிக்கொள்ளத் தொடங்கும். இறுதியில் உக்ரைன் ஓர் அரசியல் அநாதையாகும். அப்போது ரஷ்யா தூக்கிச் சாப்பிட சௌகரியமாக இருக்கும்.

இதனால்தான் ரஷ்யாவின் இந்தக் கோரிக்கையை உக்ரைன் ஏற்க மறுக்கிறது. கிரீமியாவை நிரந்தரமாக விட்டுக்கொடுப்பதோ, ரஷ்ய எல்லை மாகாணங்களின் (டொனஸ்க், லுகான்ஸ்) கிளர்ச்சியாளர்களை ரஷ்யா ஆதரிப்பதை அங்கீகரித்து, அவை தனி நாடு பிரகடனம் செய்துகொள்வதைக் கண்டுகொள்ளாமல் விடுவதோகூட உக்ரைனுக்குப் பெரிதல்ல. நேட்டோ சகாயத்தைத் துறந்தால் உக்ரைன் என்றொரு தேசம் இனி இருக்க வாய்ப்பே இல்லை. அதனைத் தக்க வைப்பதன் பொருட்டுத்தான் இன்றைக்கு இவ்வளவு பெரிய விலை கொடுத்துக்கொண்டிருக்கிறார்கள்.

இந்தக்கணம்வரை நேட்டோ படைகள் உக்ரைனுக்குள் வரவில்லை. போலந்து, ருமேனியா, ஹங்கரி போன்ற நாடுகளில் நேட்டோ படைகள் நிற்கின்றன. உக்ரைன் அவர்களுக்கு ஒரு தளமாகிவிடும்பட்சத்தில் ரஷ்யாவுக்கு அது மிக நேரடியான அச்சுறுத்தல். அதில் சந்தேகமே இல்லை. அப்படி ஒன்று நடந்துவிடக் கூடாது என்பதால்தான் ரஷ்யா உக்ரைனை

வைத்து விளையாடுகிறது. தனது மொத்த ராணுவ பலத்தையும் பயன்படுத்துகிறது. எதிரி நாடுகளை அச்சுறுத்த ஏற்றுமதிகளை நிறுத்துகிறது. எண்ணெய் வர்த்தகத்தை ரஷ்ய ரூபிளில்தான் செய்ய வேண்டும் என்று அழிச்சாட்டியம் செய்கிறது. கொண்டை உள்ள சீமாட்டி அள்ளி முடிந்தாலும் அழகு, அவிழ்த்து அலைய விட்டாலும் அழகு என்பார்கள். ரஷ்யா, கொண்டைக்கு மேலே கொம்பு முளைத்த சீமாட்டி.

போரை நிறுத்தும்பட்சத்தில் நேட்டோவுடன் இணையாதிருக்கத் தயார் என்று உக்ரைன் அதிகர் ஸெலன்ஸ்கி அறிவித்துப் பார்த்தார். இப்போது வரை அதற்கு ரஷ்யத் தரப்பு எந்த பதிலும் சொல்லவில்லை. இது வேறொரு சந்தேகத்தை வலுவாக எழுப்புகிறது.

முன்னாள் சோவியத் பகுதிகளும் இன்றைய தனி நாடுகளுமான ஜார்ஜியா, மால்டோவா போன்றவை இன்னும் நேட்டோவில் இணையவில்லை. புதின் ஒரு கெட்ட ஆட்டம் ஆடிப் பார்க்க முடிவு செய்தால், இந்நாடுகளுக்கு ரஷ்யப் படைகளை அனுப்பிப் பார்க்கலாம். ஒப்பீட்டளவில் ரஷ்யாவின் முன் இவற்றின் பலம் ஒன்றுமே இல்லை. எனவே கைப்பற்றுவது எளிது. பழைய பகுதிகளைத் திரும்பக் கைப்பற்றித் தனதாக்கிக்கொள்வதன் மூலம் மீண்டும் ஆசியப் பிராந்தியத்தில் ரஷ்யா ஒரு நவீன, நாசகார வல்லரசாக உருப்பெற வாய்ப்புண்டு.

இதனால் என்ன பயன் என்றால், ரஷ்யாவின் எல்லைகள் விரிவடையும். அது ஐரோப்பாவுக்கு நிரந்தரத் தலைவலி தரும். மேற்குறிப்பிட்ட தேசங்களை அடுத்துள்ள வேறு பல தேசங்கள் பழைய குருடிக்குக் கதவைத் திறக்கச் சித்தமாக வேண்டி வரும். அவற்றில் பல நேட்டோ உறுப்புகளாக இருப்பதால்

அப்போது நேரடியாக இது ரஷ்யா-நேட்டோ யுத்தமாக உருப்பெறும். அப்படி ஆகிவிடும்பட்சத்தில் அது இன்னொரு உலக யுத்தமாக உருப்பெற வெகு காலம் ஆகாது.

1990க்கு முன்பு இருந்த பனிப்போர் காலச் சூழலை வேறு பேக்கேஜில் மறு அறிமுகப்படுத்தி கொண்டிருக்கிறார் விளாதிமிர் புதின். அன்று சோவியத்துக்கு அமெரிக்காவுடன் மட்டும்தான் போட்டி. இன்று அமெரிக்கா தவிர பெரும்பாலான ஐரோப்பிய தேசங்களும் எதிரணியில் நிற்கின்றன. தனது எண்ணெய் வளம், இயற்கை எரிவாயு வளத்தைக் கேடயமாகப் பிடித்துக்கொண்டு ரஷ்யா இந்த யுத்தத்தை நடத்துகிறது. ஆசிய நிலப் பரப்பில் அமெரிக்காவின் வர்த்தக ஆதிக்கத்தை இல்லாமலாக்கவும் ஐரோப்பியக் கண்டத்துக்குத் தனது தேவையை அழுத்தந்திருத்தமாக உணர்த்தவும் ரஷ்யா நினைக்கிறது.

கடந்த இருபதாண்டுகளுக்கு மேலாக மத்தியக்கிழக்கில் அமெரிக்கா தொடர்ச்சியாக நடத்திய பல்வேறு யுத்தங்களின் (தாற்காலிக) இறுதிக் கண்ணியாக ஆப்கன் மீதான படையெடுப்பைக் கொள்வோமானால், இன்னும் சில ஆண்டுகளுக்காவது அமெரிக்கா பெரிய யுத்தங்களில் ஈடுபடாதிருக்கவே விரும்பும் என்பது புரியும். அதன் பொருட்டாவது ரஷ்யாவுடன் மறைமுக சமரசமாவது செய்துகொள்ளவே விரும்பும் என்பது புதினின் கணக்கு. ஏனெனில், அமெரிக்கா உக்கிரமாக யுத்தம் செய்துகொண்டிருந்த வருடங்களில் எல்லாம் ரஷ்யா அமைதியாகத் தன்னை வலுவேற்றிகொண்டிருந்திருக்கிறது. ராணுவ ரீதியிலும் சரி; பொருளாதார ரீதியிலும் சரி. பழைய தொண்ணூறுகளின் பிச்சைக்காரக் கோலத்தை

அறவே துறந்து ஒரு மிடுக்கான புதிய, அதி நவீனப் போர் வெறி தேசமாகத் தன்னை மீள் அறிமுகம் செய்துகொண்டிருக்கிறது. எப்படிப் பார்த்தாலும் இது அனைத்து ஐரோப்பிய தேசங்களுக்கும் கவலை தரக்கூடிய ஒன்றே.

கடந்த இரண்டு ஆண்டுகளாகப் பெருந்தொற்று உருவாக்கிய இடர்பாடுகளில் இருந்தும் பொருளாதார வீழ்ச்சியில் இருந்தும் பெரும்பாலான தேசங்கள் இன்னும் மீளவில்லை. அதற்கே இன்னும் வருடங்கள் பிடிக்கும் என்ற சூழ்நிலையில் ரஷ்யாவைப் போல வம்படியாக யுத்தம் புரிய யாரும் விரும்ப மாட்டார்கள் என்பதே யதார்த்தம்.

தவிர, மக்கள் என்ன ஆனால் என்ன என்கிற ரஷ்ய மனோபாவம் ஐரோப்பாவுக்குக் கிடையாது. இதர ஆசிய, அமெரிக்க, ஆஸ்திரேலியக் கண்டம் எதிலும் கிடையாது. யுத்த வெறி கொண்ட ஆட்சியாளர்களுக்கு மட்டுமே அது சாத்தியம். மிக மோசமானதொரு காலக்கட்டத்தில் தேவையற்ற ஒரு போரைத் தொடங்கி லட்சக் கணக்கான மக்களின் வாழ்வாதாரத்தை நாசமாக்கிக்கொண்டிருக்கிறோம் என்கிற அற உணர்வு அறவே இல்லாத ஒரு புதின்தான் இப்போதைக்கு உலகில் இருக்கிறார்.

இதனால்தான் பழைய சோவியத் பாகங்களை மீண்டும் கைப்பற்ற புதின் நினைப்பாரேயானால் அது இன்னும் கோரமான விளைவுகளுக்குக் காரணமாக அமையும். ரஷ்யாவுடனான நேரடி யுத்தத்தைத் தவிர்க்க நேட்டோ விரும்பினாலுமே அது அப்போது திணிக்கப்பட்டதாகிவிடும்.

உக்ரைன் போர் தொடங்கி ஆறு மாதங்களாகிவிட்டன. எந்தத் தீர்வை நோக்கியும் இது நகர்வதாகத்

தெரியவில்லை. இன்னும் பல மாதங்கள் இப்படியே தொடரக் கூடிய யுத்தமாகத்தான் தோற்றமளிக்கிறது. குறைந்தது ஐம்பது லட்சத்துக்கும் மேற்பட்ட உக்ரைனியர்கள் அகதிகளாக நாட்டை விட்டு வெளியேறிவிட்டார்கள். இன்னும் லட்சக்கணக்கானோர் வீடிழந்து, சொத்து சுகங்களை இழந்து எங்கே போவதென்று புரியாமல் அல்லாடிக்கொண்டிருக்கிறார்கள்.

உக்ரைனுக்கு ஆயுத உதவி செய்யத் தயாராக இருக்கும் மேற்குலகம், அமைதிக்கு எந்த வழியையும் திறக்கிற பாடில்லை. உக்ரைன் என்கிற பண்பாட்டுச் சிறப்பு மிக்க, கலாசாரச் செழுமைகொண்ட புராதனமான தேசத்தை மண்ணோடு மண்ணாக்கிவிட்டு அதன் பிறகு அமைதியைக் கொண்டு வருவார்கள்.

யார் கண்டது? புதினுக்கே அப்போது அமைதிக்கான நோபல் பரிசு தரப்பட்டாலும் ஆச்சரியப் படுவதற்கில்லை.

(முற்றும்)

www.ingramcontent.com/pod-product-compliance
Ingram Content Group UK Ltd.
Pitfield, Milton Keynes, MK11 3LW, UK
UKHW041843200726
13854UKWH00005BA/1898 9 789395 511025